நாங்கள் – நரிகள் குதிரைகள்

நோபல் பரிசு பெற்ற எழுத்தாளர்களின் கதைகள்

நாங்கள் – நரிகள் குதிரைகள்

நோபல் பரிசு பெற்ற எழுத்தாளர்களின் கதைகள்

தமிழில்: கு. ராஜாமணி

ZERO DEGREE PUBLISHING

Title: Naangal - Narigal Kuthiraigal
Translator's Name : K.Rajamani

Published by Zero Degree Publishing

First Edition: January 2026

ISBN : 978-93-95233-38-5
ZDP Title No:79

ZERO DEGREE PUBLISHING

No.75 & 76, I Floor,
Kuppusamy Street, Balaji Nagar, Padi,
Chennai - 600050

Website: www.zerodegreepublishing.com
E Mail id: zerodegreepublishing@gmail.com
Phone : 89250 61999

Cover Design & Layout: Vijayan, Creative Studio
Printed at Rathna Offset Printers, Chennai, India

பொருளடக்கம்

ஃப்ரில்

பேர்ல் எஸ். பக்

“ஓ! அப்பப்பா! இந்த டெய்லர்களை சமாளிக்கிற ஒரே வழி ரொம்ப கறாரா இருப்பதுதான்.”

சற்றுப் பருமனான உடல்வாகு கொண்ட திருமதி லோ, அகன்ற வராந்தாவில் இருந்த ஆடும் நாற்காலியில், தன்னைச் சிரமப்பட்டு பொருத்திக்கொண்டே சொன்னாள். அவள் போஸ்ட்மாஸ்டரின் மனைவி. கடந்த பத்து வருடங்களாக சீனாவின் ஒரு துறைமுக நகரில் வாழ்ந்து வருகின்றனர். தன் வீட்டிற்கு வந்த தோழி திருமதி நியுமேனிடம் சொன்ன அவள் முகம் சிவந்தது. தேவைக்கு அதிகமான உணவும், தேவையான உடற்பயிற்சி இன்மையும் அவள் எடையைக் கூட்டிவிட்டன.

அவளருகே நின்றிருந்த ஒரு சீனப் பணியாள்,

“தையல்காரர் வந்திருக்கிறார் மிஸ்ஸி.” என்றான்.

வியப்போடு திருமதி நியுமேன், திருமதி லோவைப் பார்த்தாள். அவள் தன்னருகே இருந்த சிறிய பிரம்பு மேஜையின் மேலிருந்த பனை ஓலை விசிறியை எடுத்துத் தனக்குத் தானே விசிறிக் கொண்டு “அட்லின், நானும் உன்னைப் போலவே இவர்களை

நடத்த வேண்டும் என்று விரும்புகிறேன்" என்றாள். "இந்தப் புதுத் துணிகளை இங்கே வாங்குவது பெரிய தொல்லைதான், லாபம் தரக்கூடியது அல்ல. இங்கே உள்ளூர் பட்டுத் துணிகள் விலை குறைவாக இருந்தாலும், அவற்றை நல்லமுறையில் தைத்து வாங்குவது பெரும்பாடு. இந்தத் தையல்காரர் மூன்றே நாட்களில் கவுனைத் தைத்துத் தருவதாகச் சத்தியம் செய்வான். ஆனால், ஒரு வாரத்திற்குத் தலையே காட்ட மாட்டான். என் கணவர் ராபர்ட் என் உடைகள் மிக மோசமாக, ஏதோ மலிவு விலையில் ஏலத்தில் வாங்கியதுபோல இருப்பதாகக் கூறுகிறார். ஆனால், நான் இந்த உள்ளூர் தையல்காரர்களிடம் எதையாவது தைத்து வாங்குவதை விட கடினமான காரியம் வேறு எதுவும் இல்லை என்பேன். அவர்கள் ஏன்தான் உடையின் கைப்பகுதியை இவ்வளவு மோசமாக வெட்டித் தைக்கிறார்களோ!" என்றாள்.

அவளுடைய குரல் வரவர தேய்ந்து, ஒரு பெருமூச்சில் முடிந்தது. மேலும், விசிறிக்கொண்டே தன் மேலுதட்டில் அரும்பிய வியர்வையைக் கைக்குட்டையால் துடைத்தாள்.

அதிகாரத் தொனியில், "இப்போது என்னைப் பார்" என்றாள். அவளுடைய குரல் உறுதியானது; ஆழமானது; அடர்பழுப்பு நிறக் கூந்தலுக்குக் கீழே குறுகிய இடைவெளியில் சாம்பல் நிறக் கண்கள். தலையைத் தாழ்த்தி தரையையே பார்த்துக்கொண்டிருந்த பணியாளைப் பார்த்து, "பையா, அந்த டெய்லரை இங்கே வரச்சொல்" என்றாள்.

"ஆகட்டும் அம்மா" என்று சொல்லிவிட்டு அவன் அங்கிருந்து மறைந்தான்.

உடனே வீட்டின் பின்புறம், திறந்திருந்த கதவுகளின் வழியே சீரான காலடிகளின் ஓசை கேட்க, பணியாளைத் தொடர்ந்து தையல்காரர் வந்தார். நடுத்தர வயதுடைய அந்தத் தையல்காரர் பணியாளைவிட உயரமாக இருந்தான். முகத்தில் அமைதி. வெளுத்துப்போன, முழங்கை அருகே ஒட்டுப் போடப்பட்ட, ஆனால், சுத்தமான நீண்ட அங்கியை அணிந்திருந்தான். கைகளில் ஒரு வெள்ளைத் துணி மூட்டை; இரு வெள்ளைக்காரச் சீமாட்டிகளையும் பணிந்து வணங்கியபின், தரையில் அமர்ந்து, மூட்டையைப் பிரித்தான். அதனுள்ளே ஒரு பழைய, நைந்து, கிழிந்துபோன, அமெரிக்க ஃபேஷன் புத்தகமும், வெள்ளை மற்றும் நீலநிறம் கலந்த பாதி

தைக்கப்பட்ட பட்டு ஆடையும் இருந்தன. அந்த ஆடையை மிகவும் பவ்வியமாக எடுத்து சீமாட்டி பார்க்கும்படி விரித்தான். அந்த ஆடையின் தாராளமான நீள அகலங்கள், அது அந்த அம்மையாருக்குத்தான் தைக்கப்பட்டது என்பதை அறிவித்தன. லோ அந்த ஆடையை ஒருவித எதிர்ப்பு உணர்வோடு நுணுக்கமாக ஆராய்ந்தாள்.

திடீரென்று உரத்த குரலில், "அந்தக் காலரைப் பார் தையல்காரரே! நான் உன்னிடம் ஃப்ரில் வைத்துத்தானே தைக்கும்படி சொன்னேன்! அதுதானே இப்போதைய ஃபேஷன்!" என்று சொல்லிக்கொண்டே அந்த ஃபேஷன் புத்தகப் பக்கங்களை வேகமாகப் புரட்டி, பெரிய சரீரம் கொண்ட பெண்களுக்கான ஆடைகள் உள்ள பகுதியைக் காட்டினாள். "இங்கே பார்; இந்த மாடலைப் பார்; நீ ஏன் வெறுமனே தட்டையான காலர் வைத்தாய்? இது எனக்கு வேண்டாம். இதை நீயே எடுத்துக்கொண்டு போ!" என்று கத்தினாள்.

டெய்லரின் அமைதியான முகத்தில் வியர்வை துளிர்த்தது. "ஆமாம் அம்மா" என்று மெதுவாகச் சொன்ன பின், உதடுகளைக் கடித்துக்கொண்டு, மூச்சுவிட்டபின், "முதலில் நீங்கள் ஃபிரில் தைக்கச் சொன்னீர்கள்; ஃபிரில் வைத்தால் இன்னும் என்னை குண்டாகக் காட்டும், அதனால் தட்டையான காலர் வைத்துத் தை என்று சொன்னீர்கள்" என்றான்.

கெஞ்சும் பாவனையில் அவன் அப்பெண்ணைப் பார்த்தான். ஆனால், லோ தனது கனத்த மோதிரக் கையால், அவனை 'ஒதுங்கிப் போ' என்று சைகை செய்துவிட்டு, தனது நாற்காலியில் முன்னும் பின்னும் ஆட ஆரம்பித்து குரலை உயர்த்திப் பேசினாள்.

"இல்லை, நீ பொய் பேசுகிறாய்; நான் என்ன சொன்னேன் என்று எனக்குத் தெரியும். தட்டையான காலர் வேண்டும் என்று நான் சொல்லவில்லை. சொல்லவேயில்லை. எந்தப் பெண்ணும் அப்படி அணிவதில்லை. நீ ஏன் அப்படித் தைத்தாய்?"

"அம்மா, இன்னும் கொஞ்சம் துணி சேர்த்துத் தந்தால் நான் ஃபிரில் வைத்துத் தைத்துவிடுவேன்."

ஆனால், லோவை அவ்வளவு எளிதாக சமாதானப்படுத்திவிட முடியாது. "உனக்கென்ன? எவ்வளவு துணியை நீ வீணடித்துவிட்டாய்

என்று தெரியுமா? நான் பணம் கொடுக்காமல் இனாமாகத் துணி வாங்குகிறேன் என்று நீ நினைக்கிறாய். நீ என் பணத்தை எல்லாம் வீணாக்கிவிட்டாய்!" இன்னும் வேகமாக விசிறிக்கொண்டே நாற்காலியில் வேகமாக ஆட, அவள் முகம் மேலும் சிவந்தது.

தனது விருந்தாளியைப் பார்த்து, "ஆட்லின், நான் இந்த உடையைத்தான் நம்பியிருந்தேன். நாளை மறுநாள் தூதரகத்தில் நடக்கும் விருந்திற்கு இதை அணிந்துசெல்ல விரும்பினேன். ஆனால், இதைப் பார்! நான் ஃபிரில் வைத்துத் தைக்கச் சொன்னேன்; முட்டாள்தனமான இந்தக் காலரைப் பார்!" என்றாள்.

"ஆமாம், எனக்குத் தெரியும், ஆனால் நீ இதை எப்படி சமாளிக்கப் போகிறாய்?"

"ஓ! எப்படியாவது சமாளிக்க வேண்டும்." டெய்லரைப் புறக்கணித்த அவள் பார்வை, தனது தோட்டத்தின் மீது சென்றது. செப்டம்பர் மாத வெயிலில் பளபளத்துக்கொண்டிருந்த ஜினியாப் பூக்களின் அருகே நீலச்சட்டை அணிந்த தோட்டக்காரன் வேலை செய்து கொண்டிருந்தான். சதுரமான புல்வெளியின் நான்கு புறங்களிலும் மணல் பரப்பப்பட்ட நடைபாதை தெரிந்தது. அவள் எதுவும் பேசவில்லை. டெய்லர் மிகவும் சங்கடத்தோடு அந்த ஆடையை விரித்துப் பிடித்தபடியே நின்றான். அவன் முகத்தின் இருபுறங்களிலும் சிறு வியர்வைத் துளிகள் உருண்டு வந்தன. உதடுகளை நனைத்துக்கொண்டு, "இதை அணிந்து பார்க்கிறீர்களா?" என்று நடுங்கும் குரலில் கேட்டான்.

"மாட்டேன்! எதற்கு அணியவேண்டும்? எல்லாம் தப்புத் தப்பாக இருக்கிறது. காலர் தப்பு; எதற்கு அணிவது?" தொடர்ந்து தோட்டத்தையே பார்த்தாள்.

வற்புறுத்தும் குரலில் ஆர்வத்தோடு, "இதையே ஃபிரில் வைத்து நீங்கள் சொன்னபடியே தைத்துத் தருகிறேன். உங்களுக்கு எப்போது இது தேவைப்படுகிறது?" என்றான்.

கடுமையான உரத்த குரலில், "நாளை இது எனக்கு வேண்டும்.

நாளை 12 மணிக்கு இது வரவேண்டும். இல்லாவிட்டால் நான் பணம் தரமாட்டேன். எப்போதும் நீ சொல்லும் நேரத்தில் துணிகளைத் தைத்துத் தருவதேயில்லை" என்றாள் அந்த வெள்ளைக்காரப் பெண்.

“செய்யலாம் அம்மா” அமைதியாகச் சொன்ன டெய்லர், வேகமாகவும், அதே சமயம் நேர்த்தியாகவும், துணியை மடிக்க ஆரம்பித்திருந்தான். அவனது மெலிந்த விரல்கள் மிகச் சரியான முறையில் இயங்கின. "நான் நாளை ஃபிரில் வைத்து, மிக அழகாக தைத்து முடித்துக்கொண்டு வருவேன்."

பிறகு தரையில் நளினமாக அமர்ந்து, பட்டுத் துணியை வெள்ளைத் துணிக்குள் வைத்து, எதையும் கசக்கிவிடாதபடி மென்மையாகக் கட்டினான். பிறகு எழுந்து, பணிவுடன், கெஞ்சும் பாவனையுடன் காத்து நின்றான். அவன் ஆன்மாவிலிருந்து எழுந்த இந்த அமைதியான கெஞ்சுதலை அவனது மூடிய உதடுகளும், உயர்ந்த கன்னங்களும் சொல்லாமல் சொல்லின. மீண்டும் அவனுக்கு வியர்த்தது. திருமதி லோவும் அந்த கெஞ்சும் ஆன்மாவை உணர்ந்தாள். ஆடும் நாற்காலியை நிறுத்திவிட்டு நிமிர்ந்து பார்த்தாள்.

"என்ன இது? இன்னும் என்ன?” சுருக்கென்று கேட்டாள். டெய்லர் மீண்டும் தன் உதடுகளை நாவினால் நனைத்தபின், மிக மெல்லிய குரலில் “அம்மா, எனக்கு சிறிதளவு பணம் தருவீர்களா, ஓரிரண்டு டாலர்கள்?" என்றான். அவளுடைய கோபப் பார்வையால் அவன் குரல் இன்னும் கீழே இறங்கியது. "என் தம்பி மகன், இன்று இறந்துவிடுவான் என்று நினைக்கிறேன், அவனுக்கு மூன்று சிறு பிள்ளைகளும் மனைவியும் இருக்கிறார்கள். அவன் மோசமாக நோய்வாய்ப்பட்டிருக்கிறான். சவப்பெட்டி வாங்கக்கூட பணமில்லை. மிகவும் ஏழைகள், அவர்களுக்கு எதுவுமே இல்லை."

லோ தன் விருந்தாளியைப் பார்த்தாள். "என்ன தைரியம் இருக்க வேண்டும்?" என்று சொல்லி ஆயாசத்துடன் பெருமூச்சுவிட்டாள்.

திருமதி நியுமேன் அவள் பார்வைக்கு பதிலளித்தாள். “இதைத்தான் சொன்னேன், இவர்களால் நாம் பெறும் பயன்களைவிட தொல்லைகள்தான் அதிகம். இவர்கள் துணியை வெட்டும் முறைக்கு, அவர்கள் பணத்தைத் தவிர வேறு எதையும் நினைப்பதில்லை."

லோ, தனது சாம்பல் நிறக் கண்களை உருட்டி டெய்லரைப் பார்த்தாள். அவன் நிமிர்ந்து பார்க்காமலேயே மறைவாகத் தன் உதடுகளை சட்டையால் துடைத்துக்கொண்டான். ஒரு விநாடி அவனை முறைத்துப் பார்த்த அவள், கோபக்குரலில், “இல்லை,

முடியாது. முதலில் நீ ஒழுங்காக ஃபிரில் வைத்து உடையை தைத்துக் கொண்டுவா, பிறகு பணம் தருவேன். துணியைத் தைக்காமல் பணம் இல்லை. நிச்சயம் இல்லை” என்றாள்.

“சரி அம்மா" பெருமூச்சுடன், எஞ்சியிருந்த நம்பிக்கையின் அடிச்சுவடும் மறைந்துவிட, கெஞ்சும் சூழலும் மறைந்தது. விரக்தி ஒரு திரை போல அவன் முகத்தில் படர்ந்தது. "நாளை 12 மணிக்கு முடித்துக் கொண்டுவருகிறேன் அம்மா" சொல்லிவிட்டுத் திரும்பினான்.

“செய்து முடிக்கப் பார்" என்று வெற்றி மிதப்புடன் கத்தினாள். அவன் உருவம் ஹாலுக்குள் மறையும்வரை, ஏளனமாகப் பார்த்தாள். பிறகு திருமதி நியுமேனிடம், "நாளைக்கு வேண்டும் என்று சொன்னால்தான், ஒருவேளை நாளை மறுநாளாவது உடையைத் தயார் செய்வான்.” எதையோ நினைத்தவள் போல், நாற்காலியின் முன்னால் குனிந்து, அழைப்பு மணியை வேகமாக அழுத்தினாள். பணியாள் வந்தவுடன், “பையா, போய்ப் பார்; அவன் எதையாவது எடுத்துக்கொண்டு போகாமல் பார்த்துக்கொள்" என்றாள்.

அவளது உரத்த குரல் வீட்டினுள் ஊடுருவி, ஹாலின் மறுகோடிக்குச் சென்றிருந்த டெய்லரின் உடலிலும் ஊடுருவியது. நிமிர்ந்து நடந்த அவன், பார்வையிலிருந்து மறைந்தான்.

“நாம் கண்டுபிடிக்க முடியாது. அவர்கள் கதை சொல்கிறார்களா, இல்லை உண்மையைத்தான் சொல்கிறார்களா என்று உறுதியாகச் சொல்ல முடியாது. ஆனால், அவர்களுக்கு எப்போதும் பணத்தேவை இருந்துகொண்டே இருக்கிறது. இப்படிப்பட்ட மனிதர்களை நான் பார்த்ததே இல்லை. இங்கே இந்தத் துறைமுகத்தில் இருக்கும் வெளிநாட்டவர்கள் எல்லோருக்கும் துணி தைத்துக்கொடுப்பதால் இவர்கள் நிறையப் பணம் சம்பாதிக்கிறார்கள். ஆனால், இந்த டெய்லர் நிறைய பேரைவிட மோசமானவன். வேலையை முடிப்பதற்கு முன்பாகவே பணம் வேண்டும் என்று கேட்பான். இதற்குமுன் மூன்று தடவை வந்து, குழந்தை இறக்கப்போகிறது என்று ஏதேதோ சொன்னான். அதில் ஒரு வார்த்தையைக் கூட நான் நம்பவில்லை. ஒருவேளை ஓபியம் பயன்படுத்துகிறானோ? அல்லது சூதாடுகிறானோ? இவர்கள் எல்லோருமே சூதாடிகள். அவர்கள் பேசும் ஒரு வார்த்தையைக்கூட நம்ப முடியாது.”

"ஓ! எனக்குத் தெரியும்" சொல்லிக்கொண்டே திருமதி நியுமேன் விடைபெற எழுந்தாள். லோவும் எழுந்தாள்.

“எப்படியானாலும் இவர்களிடம் மிகவும் கறாராக இருக்க வேண்டும்" என்று மீண்டும் சொன்னாள்.

அந்த வெளிநாட்டவரின் பெரிய வீட்டிலிருந்து வெளியே வந்த டெய்லர், வெப்பமான தெருவில் இறங்கி அமைதியாகவும், வேகமாகவும் நடந்தான். அவளிடம் கேட்டுவிட்டான்; ஆனால், அவள் எதுவுமே கொடுக்கவில்லை. அவள் மறுத்துவிடுவாள் என்ற பயத்தையும் மீறி, தன் தைரியத்தை எல்லாம் திரட்டிக் கேட்டபோதும், அவள் எதுவும் கொடுக்கவில்லை. உடையும் பாதிக்குமேல் தைக்கப்பட்டு ஃபிரில்தான் மீதமிருந்தது. இரண்டு நாட்களுக்கு முன்புதான் அவள் இந்தத் துணியைத் தைக்கக் கொடுத்தாள். சில டாலர்கள் கிடைக்கும். தன் தம்பி மகனுக்காக அதைச் செலவிடலாம் என்று சிறிது மகிழ்ந்திருந்தான். தன் குழந்தைகள் மூன்று பேரையும் கடவுள் எடுத்துக்கொண்ட பிறகு, இவனைத் தன் சொந்த மகன் போலக் கருதினான். மூன்று குழந்தைகளும் ஒருவர் பின் ஒருவராக இறந்துபோனதைப் பார்த்தவன் அவன். ஒருவர்கூட அவனுக்கு மிஞ்சவில்லை.

எனவே, இறந்துபோன தன் தம்பியின் இந்த மகனோடு பாசமாக ஒட்டிக்கொண்டிருந்தான். இந்த இளைஞன் ஒரு இரும்புக் கொல்லனிடம் உதவியாளனாக இருந்தான். இவனுக்கும் மூன்று சிறு பிள்ளைகள் இருந்தனர். நல்ல பலசாலியான இளைஞன். இப்படி இறக்கப்போகிறான் என்று யார்தான் நினைத்திருப்பார்கள்? இரண்டு மாதங்களுக்கு முன்பு, கலப்பை கொழுவிற்காக, நீளமான இரும்புக் கம்பியை, பழுக்கக் காய்ச்சி அடித்துக்கொண்டிருந்த போது, அது இடுக்கியிலிருந்து நழுவி, இவன் காலில் விழுந்து, எலும்புவரை தசையைப் பிய்த்து விட்டது. அது கோடைக் காலம். பட்டறையும் வெப்பமாக இருந்தது. மெல்லிய பருத்தி கால் சட்டையை மட்டுமே தொடைவரை மடித்திருந்தான்.

காயத்திற்கு எல்லாவித மருந்துக் களிம்புகளையும் தடவினார்கள். ஆனால், எந்த மருந்தால் தசையை வளர்த்தெடுக்க முடியும்? இப்பேர்ப்பட்ட காயத்தை எந்தக் களிம்புதான் குணப்படுத்தும்? கோடைக் காலமாதலால் எல்லா இடங்களிலும் ஈக்கள், அந்தத் திறந்த, அழுகிய காயத்தின் மீது ஊர்ந்துகொண்டே இருந்தன.

முழுக் காலுமே வீங்கியிருந்தது. இளைஞன் சாகக் கிடக்கிறான். இடுப்பிலிருந்து பாதம்வரை கறுப்பு பிளாஸ்திரிகள். அவற்றால் ஒரு பயனும் இல்லை.

ஆமாம், இன்று காலை தம்பி மகனைப் பார்க்கச் சென்றபோது, அங்கே சாவின் வரவை உணர்ந்தான். ஒரே அறை உள்ள அந்த வீட்டின் வாயிற்படியில் அமர்ந்து அந்த இளம் மனைவி அழுதுகொண்டிருந்தாள். இரண்டு பெரிய குழந்தைகள் அம்மாவைப் பார்த்தபடி, பயந்துபோய் விளையாடாமல் அமர்ந்திருந்தார்கள். மூன்றாவதான கைக்குழந்தையை மார்போடு அணைத்துக் கொண்டிருந்தாள். இரண்டு நாட்களாக அவளிடம் பால் வற்றிவிட்டது. துயரத்தில் சுரந்த பால் குழந்தையின் வயிற்றுக்கு ஒத்துக்கொள்ளாமல், வாந்தி எடுத்து, அது அழுதுகொண்டே இருந்தது.

ஒரு சந்தின் வழியே சென்ற டெய்லர், முட்டுச் சுவரில் இருந்த கதவு வழியே ஒரு முற்றத்தில் நுழைந்தான். அதில் அரை நிர்வாணக் குழந்தைகள் கூச்சலிட்டபடி விளையாடிக்கொண்டும், சண்டை போட்டுக்கொண்டும் இருந்தன. மேலே குறுக்கும் நெடுக்குமான மூங்கில் கம்புகளில், சோப்புப் போடாமல், குறைந்த அளவு நீரில் அலசப்பட்ட கந்தலான துணிகள் தொங்கிக்கொண்டிருந்தன. முற்றத்தின் இரு பக்கங்களிலும் இருந்த, ஒற்றை அறை வீடுகளில் வசித்த குடும்பங்கள், தங்கள் கழிவுநீரை முற்றத்திலேயே கொட்டி இருந்தார்கள். கோடைக் காலமாக இருந்தும் முற்றம் சேறாகி வழுக்கலாக இருந்தது. சிறுநீரின் வாடை காற்றில் நிறைந்திருந்தது.

ஆனால், தையல்காரர் இதையெல்லாம் கவனிக்கவே இல்லை. இதே போன்ற மூன்று முற்றங்களைக் கடந்து, வலதுபுறம் இருந்த திறந்த கதவின் வழியே, ஜன்னல் இல்லாத அறையை அடைந்தார். இங்கே வேறு ஒரு வாடை வீசியது. இறக்கும் தறுவாயிலிருந்த அழுகிய தசையின் வாடை. சணல் திரைக்குப் பின்னால் இருந்த படுக்கையின் அருகிலிருந்து பெண்ணின் அழுகுரல் கேட்டது. வெள்ளைக்காரப் பெண்ணின் வீட்டிலிருந்து கிளம்பியபோது இருந்த, அதே துயர முகத்தோடு தையல்காரர் உள்ளே சென்றார். அவர் வந்ததை அந்தப் பெண் பார்க்கவில்லை. அவள் முகம் கண்ணீரால் நனைந்திருந்தது. அவளது நீண்ட கரிய கூந்தல் அவிழ்ந்து, தோளில் வழிந்து தரைவரை தொங்கியது. மீண்டும் மீண்டும் அவள் புலம்பிக்கொண்டே இருந்தாள்.

"ஐயோ என் கணவன்! என்னைத் தனியாக விட்டுவிட்டுப் போகிறானே!"

கைக்குழந்தை அவளருகே தரையில் அவ்வப்போது பலவீனமான குரலில் அழுதபடி இருந்தது. இரண்டு மூத்த குழந்தைகளும் தாயின் ஆடையைப் பிடித்தபடி அவளருகில் அமர்ந்து அழுதுகொண்டு இருந்தார்கள். ஆனால், இப்போது அமைதியாகி தாத்தாவின் முகத்தைப் பார்த்தார்கள்.

தையல்காரர் அவர்களைக் கவனிக்கவே இல்லை.

படுக்கையின் திரையை விலக்கி, "மகனே! இன்னும் உயிரோடு இருக்கிறாயா" என்று மிக மென்மையாகக் கேட்டான்.

இறக்கும் தறுவாயிலிருந்த இளைஞன் மிகவும் சிரமப்பட்டு, தன் பார்வையைத் திருப்பினான். அவன் கைகளும், திறந்த மார்பும், கழுத்தும், முகமும் பயங்கரமாக வீங்கி இருந்தன. ஆனால், எரிந்துபோன மரம் போல வீங்கிய அவனது கால்களோடு ஒப்பிடும்போது இவையெல்லாம் ஒன்றுமே இல்லை எனலாம். கால்கள் அவன் உடலோடு இருந்தன என்று சொல்வதைவிட, மிகவும் பெரியதாகி வீங்கி இருந்த அதனுடன் அவன் ஒட்டிக்கொண்டிருப்பது போல இருந்தது. அவனது பார்வை பெரியப்பாவின் மீது நிலைத்து நின்றது. வீங்கிய உதடுகள் பிரிந்து, நீண்ட நேரம் கழித்து, மிகவும் சிரமத்துடன் தெளிவற்ற வார்த்தைகள் வெளிவந்தன.

"இந்தக் குழந்தைகள்..."

துக்கத்தால் தையல்காரரின் முகம் சுருங்கியது. படுக்கை ஓரத்தில் உட்கார்ந்து பேச ஆரம்பித்தான்.

"மகனே! உன் குழந்தைகளை நினைத்து துக்கப்படாதே. அமைதியாக போய்ச் சேர். உன் மனைவியும், குழந்தைகளும் என் வீட்டில் இருப்பார்கள். என்னுடைய இறந்துபோன குழந்தைகளின் இடத்தை அவர்கள் நிரப்புவார்கள். உன் மனைவி எனக்கும், என் மனைவிக்கும் மகளாக இருப்பாள். உன் குழந்தைகள் என் பேரப்பிள்ளைகள். நீ என் சொந்தத் தம்பியின் மகனல்லவா? அவனும் இறந்தபின்பு நான் மட்டும்தானே இருக்கிறேன்."

அமைதியாக அழ ஆரம்பித்தான். வெவ்வேறு துயரங்களுக்காக

அழுது அழுது அவன் முகத்தில் உருவான கோடுகள் நிரந்தரமாகத் தங்கிவிட்டன. அழும்போது அவன் முகம் மாறவே இல்லை. கண்ணீர் மட்டும் கன்னங்களில் வழிந்தோடியது.

வெகு நேரத்திற்குப் பின், சாகும் தறுவாயிலிருந்த இளைஞன், மிகவும் சிரமப்பட்டு, தான் சொல்ல நினைத்ததைச் சொல்லியே ஆகவேண்டும் என்ற பிரயாசையில், "நீங்களும் ஏழைதானே..." என்றான்.

தையல்காரர் வெகு வேகமாக அவனை நோக்கிக் குனிந்தார். மூடிய கண்களுடன் இருந்தவனுக்குக் கேட்குமா என்ற சந்தேகத்துடன், "நீ கவலைப்படக் கூடாது, அமைதியாக இரு. இந்த வெள்ளைக்காரப் பெண்கள் எப்போதும் புதுத் துணிகளை விரும்புகிறார்கள். போஸ்ட் மாஸ்டர் மனைவிக்கு ஒரு புது கவுன் தைக்கிறேன். ஃபிரில் தவிர எல்லாம் தயாராகிவிட்டது. அதற்கு அவள் பணம் தருவாள். மேலும் தைப்பதற்குப் புதுத்துணிகளும் தருவாள். நாம் நன்றாக இருக்கலாம்" என்றார்.

ஆனால், இளைஞன் மேற்கொண்டு பேசவில்லை. அதன்பின் ஆழ்ந்த மயக்க நிலைக்குச் சென்றவன், திரும்பவும் எழ முயற்சி செய்யவில்லை.

இருந்தாலும் வெப்பம் மிகுந்திருந்த அன்று முழுவதும் மெதுவாக மூச்சுவிட்டுக் கொண்டிருந்தான். தையல்காரர் ஒருமுறை எழுந்து, தன் துணி மூட்டையை எடுத்து அறையின் ஒரு மூலையில் வைத்துவிட்டு, தன் மேலங்கியைக் கழட்டிவிட்டு, இளைஞனின் அருகே பலமணி நேரம் அசையாமல் உட்கார்ந்திருந்தார். இளைஞனின் மனைவி அழுது அழுது, ஓய்ந்துபோய், கண்களை மூடி, படுக்கை அருகே சாய்ந்து, அவ்வப்போது விசும்பிக்கொண்டிருந்தாள். குழந்தைகள் இந்தச் சூழலுக்குப் பழக்கப்பட்டுவிட்டனர். தந்தையின் சாவும் அவர்களுக்குத் தெரிந்துவிட்டது. எனவே, விளையாட முற்றத்திற்கு ஓடிவிட்டனர். இரக்க குணம் கொண்ட பக்கத்து வீட்டுப் பெண், ஓரிரு முறை வாசலில் நின்று உள்ளே எட்டிப் பார்த்தாள். கடைசியாக வந்தபோது, கைக்குழந்தையை எடுத்துச்சென்று, மார்போடு அணைத்து, தன் பாலைக் கொடுத்து சமாதானப்படுத்தினாள். வெளியே நிம்மதி கலந்த பரிதாபத்துடன் அவள் பேசிய சப்தம் கேட்டது.

“அவன் போகும் நேரம் வந்துவிட்டது. இப்போதே இறந்து ஒரு மாதம் ஆனது போல துர்நாற்றம் வீசுகிறது.”

நீண்ட கோடைக்காலப் பகல் நேரம் முடிந்து அந்தி நேரத்தில் இளைஞனின் மூச்சு நின்றுவிட்டது. அவன் இறந்துவிட்டான்.

அதன் பின்னரே டெய்லர் எழுந்தான். தன் அங்கியை அணிந்தபின், துணி மூட்டையை எடுத்துக்கொண்டான். அப்பெண்ணிடம், “அவன் இறந்துவிட்டான், உன்னிடம் ஏதாவது பணம் இருக்கிறதா?” என்று கேட்டான்.

அவளும் எழுந்து நின்று, தையல்காரரைப் பரபரப்போடு பார்த்தபடியே, முகத்தில் விழுந்திருந்த தலைமுடியை ஒதுக்கிக் கொண்டாள். அவள் இருபது வயது மதிக்கத்தக்க இளம்பெண். எங்கும் தென்படும் சாதாரண ஏழைப் பெண்களில் ஒருத்தி. அழகியும் அல்ல, அசிங்கமானவளும் அல்ல. பல நாட்களாகக் குளிக்காமல் அழுக்காக இருந்தாள். வருத்தம் தோய்ந்த வட்ட முகம். சற்றே தூக்கலான வாய். சாதாரணமான கண்கள். தற்போது ஏற்பட்டுள்ள இப்பெரும் துயரை எதிர்பாராது அன்றாட வாழ்க்கையை வாழ்ந்து வந்தவள். மிகவும் பணிவோடும், எதிர்பார்ப்போடும் தையல்காரரைப் பார்த்தாள்.

“எங்களிடம் எதுவுமே மிச்சம் இல்லை. அவருடைய துணிகளையும் என்னுடைய குளிர்காலக் கோட்டையும் மேஜை நாற்காலிகளையும் அடகு வைத்துவிட்டோம். இந்தப் படுக்கை ஒன்றே எஞ்சியிருக்கிறது.”

தையல்காரரின் முகத்தில் இருந்த துயரம் இன்னும் அதிகரித்தது. “யாரிடமாவது கடன் வாங்க முடியுமா?” அவள் இல்லையென்று தலையை அசைத்தாள். “எனக்கு அருகில் இருப்பவர்களைத் தவிர யாரையும் தெரியாது. அவர்களிடம் கொடுப்பதற்கு என்ன இருக்கிறது?” அதன்பிறகு தன் துயர நிலையின் முழுப்பரிமாணத்தையும் உணர்ந்தவளாக “மாமா! இந்த உலகில் உங்களைத் தவிர எங்களுக்கு வேறு யாருமே இல்லை” என்றாள்.

“எனக்குத் தெரியும்” மீண்டும் படுக்கையைப் பார்த்துவிட்டு, மெல்லிய குரலில், “அவனை மூடி வை. ஈக்கள் மொய்க்காமல் மூடி வை” என்றார்.

முற்றங்களின் வழியே வேகமாகத் திரும்பி நடந்தான்.

குழந்தையை எடுத்துச்சென்ற பெண், “இறந்துவிட்டானா” என்று கேட்டாள்.

“இறந்துவிட்டான்.” கதவைத் திறந்து, தெருவில் இறங்கி, மேற்கே திரும்பி தன் வீட்டை நோக்கி நடந்தான்.

அன்றுதான் அந்தக் கோடைக் காலத்தின் வெப்பம் மிகுந்த நாளாக அவனுக்குத் தோன்றியது. சில வருடங்களில் கடுங்கோடையின் வெப்பம் குறையாமலேயே இலையுதிர் காலம் வந்துவிடும். மாலை நேரத்திலும் குளிர்ச்சியே இல்லை. இடியுடன் கூடிய மேகங்கள் நகரைச் சூழ்ந்தன. வெப்பத்தைத் தாங்க முடியாமல் அரை நிர்வாண ஆண்களும், மிக மெல்லிய துணிகளை அணிந்த பெண்களும், தத்தம் வீடுகளில் இருந்த மூங்கில் நாற்காலிகளை எடுத்துவந்து வீதியில் போட்டு அவற்றில் உட்கார்ந்திருந்தார்கள். சிலர் கோரைப் பாய்கள் மீது படுத்திருந்தார்கள். எங்கும் குழந்தைகளின் அழுகுரல். இரவை நினைத்து அஞ்சிய தாய்மார்கள் தம் கைக்குழந்தைகளுக்கு விசிறிக்கொண்டிருந்தனர்.

தலையைக் குனிந்தபடியே தையல்காரர் இந்தக் கூட்டத்தின் ஊடே வேகமாக நடந்தார். இப்போது மிகவும் களைத்திருந்தார். நாள் முழுவதும் விரதம் இருந்திருந்தாலும் அவருக்கு இப்போது பசி இல்லை. அவரால் சாப்பிட முடியாது. ஒற்றை அறை கொண்ட தன் வீட்டை அடைந்தாலும், தன் குழந்தைகளை உயிரோடு வைத்திருக்கத் தெரியாத தன் முட்டாள் மனைவி, தெருவில் இருந்து ‘தஸ் புஸ்’ என்று எழுந்துவந்து, டேபிள் மீது ஆறிப்போன அரிசிக் கஞ்சியை வைத்தாலும், அவரால் சாப்பிட முடியாது. அவர் உடைகளிலும் மூக்கிலும் அந்த வாடை நிறைந்திருந்தது.

திடீரென்று பட்டு ஆடையை நினைத்தார். ஒருவேளை அந்த வெள்ளைக்காரி இந்த வாடையைக் கவனித்துவிடுவாளோ? உடனே எழுந்து, மூட்டையைப் பிரித்து, பட்டு ஆடையை எடுத்து, உதறி, அதன் உட்புறம் வெளியே வரும்படி திருப்பி, அங்கிருந்த தையல்காரர்கள் துணிகளைத் தொங்கவிடும் ஸ்டேண்டில் காற்றுப்படும்படி தொங்கவிட்டார்.

ஆனால், அது நீண்ட நேரம் தொங்கக்கூடாது. அதைத் தைத்து முடித்து பணத்தை வாங்க வேண்டும். தனது மேலங்கி, காலணிகள் ஆகியவற்றைக் கழற்றிவிட்டு, அரைக்கால் ட்ரவுசரோடு உட்கார்ந்தார். இந்தக் கடும் வெப்பத்தில் அவருடைய வியர்வை

புதுத்துணியில் பட்டு கறையை உண்டாக்கிவிடக்கூடாது என்பதில் கவனமாக இருந்தார். ஒரு பழுப்பு நிறத் துண்டை எடுத்து, வியர்வையை உறிஞ்சுவதற்காக, தலையில் கட்டிக்கொண்டார். அவ்வப்போது கையில் வரும் வியர்வையைத் துடைத்துக்கொள்ள, ஒரு பழந்துணியை, தையல் இயந்திரத்தின் அருகே வைத்தார்.

பட்டுத் துணியை மென்மையாகத் தன் மெல்லிய விரல்களால் பிடித்து, தன்னால் நன்றாகத் தைக்க முடிந்த அளவிற்குமேல் போகாமல், விரைவாகத் தைக்க ஆரம்பித்தார். அவளுக்குப் பிடிக்காமல் போகாதபடி தைக்க என்னென்ன செய்யலாம் என்று யோசித்துக்கொண்டே தைத்தார்.

போன வருடம் வரை ஒரு பையனை உதவியாளனாக வைத்திருந்தார். ஆனால், காலம் கெட்டுவிட்டது. வருமானம் குறையவே பையனுக்குச் சம்பளம் தர முடியவில்லை. எனவே, அவனை வேலையிலிருந்து நிறுத்திவிட்டார். தன் பத்து விரல்களைத் தவிர உதவி செய்ய யாரும் இல்லை. அதனால் தையல்காரருக்கு இழப்பு எதுவும் இல்லை. அந்தப் பையன் தைப்பதில் நிறையத் தவறுகள் செய்துகொண்டே இருந்தான். வெள்ளைக்காரப் பெண்ணும், “நீயே தைக்க வேண்டும். அந்தப் பையனைத் தைக்கவிட்டு என் துணியைக் கெடுத்துவிடாதே” என்று வலியுறுத்தியிருந்தாள்.

தன்னுடைய பத்து விரல்களை மட்டும் நம்பி, இன்னும் மூன்று நாட்களில் இன்னொரு ஆடையைத் தைக்க முடியுமா? ஒருவேளை அப்பெண் இன்னொரு ஆடையையும் தைக்கக் கொடுத்தால், இரண்டிற்கும் சேர்த்து பத்து டாலர் கூலி கிடைக்கும். அதைக் கையில் கொடுத்துவிட்டு மீதியைப் பின்னால் கொடுப்பதாகக் கூறி ஒரு சவப்பெட்டியை வாங்க முடியும்.

ஒருவேளை அவள் வேறு துணி எதுவும் தராவிட்டால் என்ன செய்வது? வேறென்ன, ஒரு வட்டிக்கடைக்குப் போக வேண்டியதுதான். ஆனால், அவருக்கு அதைச் செய்யும் துணிவு இல்லை. வட்டிக்கடைக்குப் போனவனின் வாழ்க்கையே போய்விடும். ஏனெனில், வட்டி புலியைவிட வேகமாக ஓடக்கூடியது. சில மாதங்களில் வாங்கிய கடனைப் போல இரண்டு, மூன்று, நான்கு மடங்கு வட்டி கட்டவேண்டிவரும். சவத்தை அடக்கம் செய்தபின் அந்தக் குழந்தைகளையும், அவர்களின் தாயையும் தன்

வீட்டிற்கு அழைத்துவர வேண்டும். எல்லோருக்கும் சேர்த்து இந்த ஒற்றை அறை வீடுதான் இருக்கிறது. குழந்தைகளை நினைத்து மனதில் மகிழ்ச்சி துளிர்த்தது. ஆனால், அனைவருக்கும் உணவு அளிக்க சம்பாதிக்க வேண்டுமே என்ற பயம் அந்த மகிழ்ச்சியைக் குலைத்தது.

இன்னும் அதிக வேலைகளைத் தேடவேண்டும். நிறைய வேலைகள் கிடைக்கும். அதில் சந்தேகமில்லை. நாளை போஸ்ட் மாஸ்டர் மனைவி இன்னொரு ஆடையைத் தைக்கக் கொடுக்கலாம்.

அழகான பூந்தோட்டத்துக்கு நடுவே உள்ள பெரிய வீட்டில் வாழும் அவள் பெரிய பணக்காரி.

நேரம் நள்ளிரவைக் கடந்தது. ஆனால், இன்னும் தைத்து முடிக்கவில்லை. கஷ்டமான வேலை இனிமேல்தான் இருக்கிறது. அந்த ஃபிரில் ...... தனது ஃபேஷன் புத்தகத்தை எடுத்து, கெரசின் விளக்கின் மங்கலான வெளிச்சத்தில் கூர்ந்து பார்த்தார். ஃபிரில் வேலை ஆரம்பமாயிற்று. நீண்ட, அகலமான நெருக்கமான மடிப்புகள் கொண்ட ஃபிரில். களைப்பால் நடுங்கும் விரல்களால் சிறிய ஃபிரில்களை எடுத்தார். அவர் மனைவி படுக்கையில் குறட்டைவிட்டுத்தூங்கிக் கொண்டிருந்தாள். எதுவுமே அவளை எழுப்பாது. அவருடைய பழைய தையல் மெஷினின் மோசமான சப்தம் கூட அவளை எழுப்பாது. விடிகாலை வரை தைத்தும் ஓரம் மட்டும் மிஞ்சியிருந்தது. அதன்பின் கரிப்பெட்டியில் இஸ்திரி போட வேண்டும். சரி. சிறிது நேரம் தூங்கி, களைத்துப்போன கண்களுக்கு ஓய்வு தரவேண்டும். பிறகு எழுந்து மீதியுள்ள வேலையை முடிக்கலாம். துணியை அதன் ஸ்டேண்டில் தொங்கவிட்டார். மனைவியின் அருகே படுத்தவர், உடனே தூக்கத்தில் ஆழ்ந்தார்.

ஆனால், நீண்ட நேரம் தூங்க முடியாது. ஏழு மணிக்கு எழுந்து மதியம்வரை வேலையைத் தொடர்ந்தார். நடுவே எழுந்துபோய், இரவு சாப்பிடாமல் வைத்த கஞ்சியைக் குடித்தார். அவர் நினைத்திருந்ததை விட வேலை அதிக நேரம் நீடித்தது. கண்களைச் சுருக்கி, மேலே சூரியனைப் பார்த்தார். ஆமாம், அந்த வீட்டிற்கு மதியத்திற்கு முன் போய்விட வேண்டும். வேகமாகச் செல்ல வேண்டும். அவளைக் கோபப்படுத்திவிடக் கூடாது. கோபத்தால் அடுத்த வேலையைக் கொடுக்காமல் விட்டுவிடலாம். இல்லை, இல்லை எப்படியாவது அடுத்த துணியை வாங்கிவிட வேண்டும்.

இன்று பிற்பகலும், இரவு முழுவதும் தைத்தால், நாளை முடித்துவிடலாம். தான் தைத்த ஆடையை முகர்ந்து பார்த்தார். கொஞ்சம் வாடை வருகிறதா? அவள் இதைக் கண்டுபிடித்து விடுவாளோ?

ஆனால், நல்வாய்ப்பாக போஸ்ட் மாஸ்டர் மனைவி அதைக் கண்டுபிடிக்கவில்லை. அந்த வராந்தாவில் நாற்காலியில் அமர்ந்தபடியே துணியைக் கையில் வாங்கி, குறை கண்டுபிடிக்கும் நோக்கத்தோடு பார்த்தாள்.

“எல்லாம் முடிந்ததா?” உரத்த குரலில் கேட்டாள்.

“ஆமாம் அம்மா” மிகப் பணிவாக பதில் சொன்னார்.

“சரி. நான் போய் அணிந்து பார்க்கிறேன்.”

அவள் தன் அறைக்குப் போனாள். அவர் மூச்சைப் பிடித்துக்கொண்டு காத்திருந்தார். ஒருவேளை அதில் இன்னும் சிறிது வாடை இருக்குமோ? அவள் சற்றுத் திருப்தி அடைந்தவளாக ஆடையை அணிந்து வந்தாள். ஆனால், முழுத் திருப்தி இல்லை.

“எவ்வளவு?” மொட்டையாகக் கேட்டாள்.

அவர் தயங்கியபடியே, “ஐந்து டாலர் அம்மா” என்றார். அவளது கோபப் பார்வையைக் கண்டு, அவசரமாக “பட்டுத் துணி அம்மா, தயவுசெய்து ஐந்து டாலர் கொடுங்கள். எந்தத் தையல்காரரும் ஐந்து டாலர் கேட்பார்கள்” என்றார்.

“மிகவும் அதிகம்; மிகவும் அதிகம்” அவள் ஓங்கிய குரலில் சொன்னாள். “நீ என் துணியையும் கெடுத்துவிட்டாய்.” ஆனால் பணத்தைக் கொடுத்தாள். அவள் கையைத் தொட்டுவிடாதபடி மிகவும் பக்குவமாக அதை எடுத்துக்கொண்டார்.

“மிக்க நன்றி” மென்மையாகச் சொன்னார்.

மண்டியிட்டுக் கீழே அமர்ந்து தன் மூட்டையைக் கட்டினார். விரல்கள் நடுங்கின. இப்போது அவளைக் கேட்டுவிட வேண்டும். ஆனால், அவரால் அது முடியுமா? அவள் மறுத்துவிட்டால் என்ன செய்வார்? அரும்பாடுபட்டு தன் சக்தி முழுவதையும் திரட்டி, “அம்மா”... தாழ்மையுடன் ஏறிட்டுப் பார்த்து, ஆனால், அவளுடைய பார்வையைத் தவிர்த்துவிட்டு, “இன்னும் தைப்பதற்குத் துணி இருந்தால் கொடுங்கள்” என்றார்.

அழகான பூந்தோட்டத்தைப் பார்த்தவாறே அவள் பதிலுக்காகக் காத்திருந்தார். ஆனால், ஆடையை மாற்றுவதற்கு அவள் ஏற்கனவே உள்ளே செல்லத் துவங்கியிருந்தாள். அவருக்கு அலட்சியமாகப் பதிலளித்தாள்.

“இல்லை, இனிமேல் இல்லை. நீ மிகவும் தொந்தரவு தருகிறாய். என் துணியைக் கெடுத்துவிட்டாய். நிறைய தையல்காரர்கள் இன்னும் மலிவாக, தொந்தரவு தராமல் தைத்துத் தருவார்கள்!”

மறுநாள் திருமதி நியுமேன், பிரம்பு நாற்காலியில் அமர்ந்து விருந்து நடக்கும் தோட்டத்து புல்வெளியில் நடமாடும் வெள்ளைக்காரர்களைப் பார்த்துக்கொண்டிருந்தாள். அவளது மங்கலான நீலக் கண்கள், லோவின் புதிய ஆடையைப் பார்த்துப் பிரகாசம் அடைந்தன.

சற்று ஆர்வத்துடன், “புதிய ஆடை உண்மையாகவே உங்களுக்குக் கிடைத்துவிடும் என்று நான் நினைக்கவே இல்லை. அந்த ஃபிரில்லை நன்றாகத் தைத்திருக்கிறான், இல்லையா" என்றாள்.

திருமதி லோ தனது விசாலமான மார்பைப் பார்த்தாள். அங்கே அந்த ஃபிரில் மிகச் சரியாகத் தைக்கப்பட்டு, அற்புதமாக இஸ்திரி செய்யப்பட்டு, மிக அழகாகப் பொருந்தி இருந்தது. மிகுந்த திருப்தியுடன், "ஆமாம். இது மிகவும் நன்றாக இருக்கிறதல்லவா? ஃபிரில் வேண்டும் என்று முடிவு செய்ததற்காக மகிழ்ச்சி அடைகிறேன். அதுவும் மிகக் குறைந்த செலவில். என் அருமைத் தோழியே! இந்த ஃபிரில்லுடன் இதைத தைகக வெறும் ஐந்து டாலர்கள்தான் செலவு ஆயிற்று. நம் ஊரைவிட இங்கே இரண்டு டாலர் குறைவு. பிறகென்ன! நான் அவனிடம் கண்டித்துச் சொன்னபடியே சரியாக பனிரெண்டு மணிக்கு ஆடையைக் கொண்டுவந்துவிட்டான். நான் முன்பே சொன்னதுபோல இந்த உள்ளூர் தையல்காரர்களிடம் நாம் மிகவும் கறாராக இருக்க வேண்டும்.”

நாங்கள் – நரிகள் குதிரைகள்

ஆலிஸ் மன்றோ

அப்பா ஒரு நரிப் பண்ணை வைத்திருந்தார். அதில் வெள்ளி நரிகளை வளர்த்து வந்தார். [இவை நுனிவெளுத்த, கறுப்பு நிற ரோமம் கொண்ட, வட அமெரிக்க நரி வகைகள்]. இலையுதிர் கால முடிவு அல்லது குளிர்காலத் துவக்கத்தில் அவற்றின் ரோமங்கள் நல்ல வளர்ச்சி பெற்றிருக்கும். அப்போது, அப்பா, அவற்றைக் கொன்று, தோலை உரித்து, பக்குவப்படுத்தி, ஹட்சன் வளைகுடா கம்பெனிக்கோ அல்லது மாண்ட்ரீல் நகர கம்பளி வியாபாரிகளுக்கோ விற்றுவிடுவார். இந்தக் கம்பெனிகள் எங்களுக்கு வீரசாகசச் செயல்கள் அச்சிடப்பட்ட காலண்டர்களைத் தருவார்கள். அவற்றைச் சமையலறையின் வாயிலின் இருபுறங்களிலும் தொங்கவிட்டு அழகு பார்த்தோம். குளிர்ந்த நீலவானம், கரும்பச்சைப் பைன்மரக்காடுகள், பாய்ந்து செல்லும் காட்டாறுகளின் ஊடே, இறகுத் தொப்பி அணிந்த மலையேற்ற வீரர்கள் தங்கள் கொடிகளை (இங்கிலாந்து அல்லது பிரான்ஸ்) மலை உச்சிகளில் நட்டு வைப்பது போன்ற காட்சிகள் அக்காலண்டர்களில் காணப்பட்டன. அவ்வீரர்களின் சாமான்களை ஆதிவாசிகள் தம் முதுகில் சுமந்து சென்றனர்.

கிறிஸ்துமஸ்ஸிற்குப் பல நாட்கள் முன்பிருந்தே, அப்பா, இரவு உணவிற்குப் பின் எங்கள் வீட்டு நிலவறையில் தன் வேலைகளை

துவங்கிவிடுவார். நிலவறைக்கு வெள்ளை அடிக்கப்படும். வேலை செய்யும் மேஜைகளுக்கு மேல் நூறு வாட் பல்புகளைப் பொருத்துவார். நானும் தம்பி லாய்டும் நிலவறைக்குச் செல்லும் படிக்கட்டுகளின், மேல்படியில் அமர்ந்து இதை வேடிக்கை பார்ப்போம். நரியின் உடலிலிருந்து அதன் தோலை அப்பா முழுவதுமாக உரித்து எடுப்பார். அந்தப் பெரும் ரோமத் தொகுதியை இழந்தபின் நரியின் உடல் மிகச் சிறியதாக, அற்பமானதாக, ஒரு எலியைப் போல் இருக்கும். அந்த நிர்வாண நரி உடல்கள் ஒரு சாக்கில் கட்டப்பட்டு தொலைவில் பூமியில் புதைக்கப்படும். ஒருமுறை அப்பாவிடம் வேலை பார்க்கும் ஹென்றி பெய்லி, அந்த மூட்டையை என் மீது உரசி “கிறிஸ்துமஸ் பரிசு” என்றார். ஆனால் என் அம்மா அதை விளையாட்டாக நினைக்கவில்லை. உண்மையில் இந்தச் செயல்பாடுகளை (நரிகளைக் கொல்லுதல், தோலுரித்தல், அதைச் சுத்தம் செய்தல் போன்றவை) அவள் விரும்பவில்லை. இவை அனைத்தும் வீட்டிற்குள் நடப்பதை அவள் விரும்பவே இல்லை. அந்த நாற்றம் வீடு முழுவதும் நிறைந்திருக்கும். உரித்த தோலை, உட்புறம் மேலே தெரியும்படி என் தந்தை மேஜையின் மீது விரித்து வைப்பார். பிறகு அதில் ஒட்டியிருக்கும் ரத்தம், கொழுப்புத் திவலைகள் ஆகியவற்றை மிகவும் கவனத்தோடு, மென்மையாகச் சுரண்டி நீக்குவார். ரத்தம் மற்றும் கொழுப்பின் நாற்றத்தோடு, அந்த நரிகளுக்கே உரிய நாற்றமும் வீடு முழுவதும் ஊடுருவிப் பரவும். அந்தந்தப் பருவகாலங்களில் வரும் பைன்முட்களின் மணம், ஆரஞ்சுப் பழங்களின் மணம்போல நான் இதைக் கருதினேன்.

ஹென்றி பெய்லிக்கு சுவாசம் சம்பந்தப்பட்ட நோய் இருந்தது. இருமி இருமி அவரது முகம் சிவந்து, சற்று வித்தியாசமான அவரது நீலநிறக் கண்களில் கண்ணீர் நிறைந்துவிடும். பிறகு சற்றுத் தொலைவில் இருந்தபடியே அவர், எரியும் அடுப்பின் மூடியைத் திறந்து கோழையைத் தீச்சுவாலையில் லாகவமாகத் துப்புவார். அவருடைய இந்தச் செயலையும், தான் நினைத்தபோது தன் வயிற்றில் உறுமல் ஓசையை வெளிப்படுத்துவதையும் கண்டு நாங்கள் வியப்படைவோம். மேலும் நோயுற்ற அவரது சுவாச மண்டலத்தின் எல்லாப் பகுதியில் இருந்தும் வெளிவரும் அவரது சிரிப்பில், சீழ்க்கை ஒலியும், உறுமல் ஓசையும் கலந்தே இருக்கும். அதுவும் எங்களுக்கு ஆச்சரியமே. அவர் எதைப் பார்த்துச்

சிரிக்கிறார் என்று கண்டுபிடிப்பது கடினமானது. எங்களைப் பார்த்துத்தான் சிரிக்கிறார் என்றுகூட எடுத்துக்கொள்ளலாம்.

அங்கிருந்து, வெளியே வந்த பிறகும் நரியின் வாசனையும், ஹென்றியின் சிரிப்பும் எங்களுக்குள் இருந்துகொண்டே இருக்கும். இந்தக் கதகதப்பான, பாதுகாப்பான, பிரகாசமான அந்த நிலவறையின் மகிழ்ச்சி, மேலே இருந்த பழைய குளிர்ந்த வீட்டில் இல்லை. குளிர்கால இரவுகள் எங்களை பயமுறுத்தின. வருடத்தின் இந்தப் பருவத்தில் எங்கள் வீட்டைச் சுற்றிலும் உறைந்த பனிப்பொழிவுகள் தூங்கும் திமிங்கிலங்களைப் போல் காணப்படும். இரவு முழுவதும் பெருங்காற்று, சுற்றிலுமுள்ள சதுப்பு நிலங்களிலிருந்தும், பனியால் புதையுண்ட பூமியிலிருந்தும், பெரும் பூதங்களைப்போல் பெருஞ்சத்தத்துடன் உறுமிக்கொண்டிருக்கும்.

ஆனால் நாங்கள் அதற்கெல்லாம் பயப்படமாட்டோம். வீட்டிற்குள் எங்கள் படுக்கையறைதான் எங்களை மிகவும் பயமுறுத்தியது. அப்போது எங்கள் வீட்டின் மாடிப்பகுதி கட்டி முடிக்கப்படவில்லை. கணப்பின் அருகே செங்கல்லால் கட்டப்பட்ட புகைபோக்கி ஓர் ஓரத்தில் இருந்தது. அறையின் நடுவே சதுரமான ஒரு பெரிய துளை. அதைச் சுற்றி நான்குபுறங்களிலும் இரும்புக் குழாய்களாலான தடுப்பு. அங்கேதான் மாடிப்படி முடிவடைந்தது. அதன் மறுபுறம் யாருக்கும் எப்போதும் பயன்படாத பல பழைய பொருட்களுடன் ஒரு பெரிய லினோலிய சுருள் [மெழுகுப்பூச்சுடைய, தரையில் ஒட்டவைக்கப்படும் விரிப்பு] போர் வீரனைப் போல நிறுத்தி வைக்கப்பட்டிருந்தது. பிரம்பால் செய்யப்பட்ட தள்ளுவண்டி, விரிசல் விட்ட பீங்கான் ஜாடிகள், தட்டுகள் என்று பல: பலாக்லாவா போரைச் சித்தரிக்கும் ஒரு பெரிய ஓவியம் போன்றவை இருந்தன.

என் தம்பி லாய்டிடம் அங்கே வெளவால்களும் எலும்புக்கூடுகளும் வாழ்கின்றன என்று சொல்லி வைத்திருந்தேன். இங்கிருந்து சுமார் இருபது மைல் தொலைவில் உள்ள ஒரு சிறைச்சாலையிலிருந்து எப்போதெல்லாம் ஒரு கைதி தப்பித்து வெளியேறுகிறானோ, அவன் ஜன்னல் வழியே எங்கள் வீட்டிற்குள் புகுந்து, லினோலியச் சுருளுக்குப் பின்னால் ஒளிந்துகொண்டிருக்கிறான் என்று நான் கற்பனை செய்வதுண்டு. எங்கள் பாதுகாப்பிற்காகச் சில சட்டதிட்டங்கள் இருந்தன. விளக்கு எரியும்போது

எங்கள் படுக்கையறையின் எல்லையாக இருந்த நைந்துபோன தரைவிரிப்பைத் தாண்டி நாங்கள் போகக் கூடாது.

ஆனால் விளக்கை அணைத்தபின் படுக்கையைத் தவிர வேறு எந்த இடமும் பாதுகாப்பானதாக இல்லை. நான் படுக்கையின் ஓரத்தில் உட்கார்ந்து என் உடலை கூடுமானவரை வெளியே நீட்டி, தொங்கிக்கொண்டிருக்கும் கயிற்றை இழுத்தவுடன் விளக்கு அணையும்.

இரவில் எங்கள் சிறிய மரப் படுக்கைகளில் படுத்துக் கொண்டு, மாடிப்படித் துளை வழியே வரும் வெளிச்சத்தையே பார்த்துக்கொண்டு பாட்டுப் பாடுவோம். கிறிஸ்துமஸ் சமயமானாலும், இல்லாவிட்டாலும், லாய்டு 'ஜிங்கிள் பெல்ஸ்' பாட்டைத்தான் பாடுவான். நான் 'டானி பாய்' பாடுவேன். இருட்டில் எழும், மென்மையான இறைஞ்சும் தன்மை உடைய என் குரலை நான் மிகவும் நேசித்தேன். இருட்டிலும் ஜன்னல்கள் மங்கலாகத் தெரியும். பாட்டின் இறுதியில் *'When I am dead, as dead I well may be'* என்ற வரிகளின்போது ஏற்படும் இன்பமான உணர்வுகள் என் தொண்டையை அடைத்துவிடும். *'You'll kneel and say an Ave there above me?'* தினமும் *Ave* என்றால் என்ன அர்த்தமென்று கண்டுபிடிக்க வேண்டும் என்று தினமும் நினைக்கிறேன். ஆனால் மறந்துவிடுகிறேன்.

பாடிக்கொண்டிருக்கும்போதே லாய்டு தூங்கிவிடுவான். நிம்மதியான, நீண்ட அவனது சுவாச சப்தம் எனக்குக் கேட்கும். அதன் பின்தான் அந்த நாளின், எனக்கே உரிய, நான் விரும்பும் நேரம் வரும். கம்பளியை இழுத்து நன்றாகப் போர்த்திக்கொள்வேன். பிறகு ஒவ்வொரு இரவும் எனக்கு நானே சொல்லிக்கொள்ளும் கதைகளை ஆரம்பிப்பேன். நான் கொஞ்சம் பெரியவளான பின் அக்கதைகள் என்னைப் பற்றியவையாக மாறின. அவை என்னுடைய சொந்த, தனி உலகில் நடைபெற்றன. அவற்றில் வீரம், தைரியம், தியாகம் போன்ற, என்னுடைய நிஜ வாழ்க்கையில் இல்லாத பண்புகளை வெளிக்கொணர அதிக வாய்ப்புகள் இருந்தன. குண்டு வைத்துத் தகர்க்கப்பட்ட கட்டடங்களிலிருந்து, நான், மக்களைக் காப்பாற்றி வெளிக்கொணர்வேன். [எங்கள் ஊரான ஜூபிளியிலிருந்து வெகு தொலைவில் உண்மையான போர் நடப்பது என்னை உற்சாகமிழக்கச் செய்தது.] பள்ளி

வளாகத்தில் நுழைந்த இரண்டு வெறிகொண்ட ஓநாய்களைச் சுட்டு வீழ்த்தினேன். (பள்ளி ஆசிரியர்கள் பயந்துபோய் என் பின்னால் ஒளிந்துகொண்டார்கள்). அருமையான ஒரு குதிரை மீதேறி, இனிமேலும் நான் செய்யப் போகும் வீரச்செயல்களுக்காக மக்கள் என்னிடம் காட்டும் நன்றியை ஏற்றுக்கொண்டு தெருக்களில் சவாரி செய்தேன். (அங்கே அரசர் பில்லியைத் தவிர யாரும் குதிரைச் சவாரி செய்ததில்லை). என் கதைகளில் துப்பாக்கி சுடுதலும் குதிரைச் சவாரிகளும் நிறைந்திருக்கும். உண்மையில் இருமுறை நான் குதிரைமீது அமர்ந்திருக்கிறேன். முதல் முறை எங்களிடம் குதிரைச் சேணம் இல்லை. இரண்டாம்முறை நான் குதிரை முதுகில் இருந்து வழுக்கி, குதிரையின் காலருகே விழ, அது லாகவமாக என்னைத் தாண்டிச் சென்றது. நான் உண்மையான துப்பாக்கியை சுடப் பழகிக்கொண்டிருந்தேன். ஆனால் இன்னும் வேலிக் கம்பங்களில் தொங்கும் தகர டப்பாக்களைக் கூட சுட்டதில்லை.

என் தந்தை அவற்றுக்காக உருவாக்கிய ஓர் உலகில் நரிகள் வாழ்ந்தன. ஓர் உயரமான மரச்சட்டங்களால் ஆன மதில் போன்ற (இடைக்கால ஐரோப்பிய நகரங்களில் இருந்தது போன்ற) வேலி பாதுகாத்து வந்தது. அதன் வாயிற் கதவுகள் இரவில் மூடப்பட்டு தாழ் இடப்படும். இந்த நகரின் தெருக்களில் வரிசையாக நரிகளை அடைக்கும் கொட்டடிகள் இருந்தன. ஒவ்வொன்றிறும் ஒரு மனிதன் உள்ளே செல்லும் அளவிற்கு ஒரு கதவு இருந்தது. கொட்டடியின் ஒரு மூலையில் நரி வீடும், நான்கு புறங்களிலும் அவை மேலும் கீழும் ஓடுவதற்கான மரப்பலகை மேடைகளும் இருந்தன. குளிர் காலங்களில் நரிகள் நரிவீட்டினுள் வாழ்ந்து குட்டிகளை ஈன்றன. கொட்டடியின் மரத் தூண்களில் நரிகளின் உணவுப் பாத்திரங்களும் நீர் குடிக்கும் பாத்திரங்களும் தொங்கவிடப்பட்டிருந்தன. அவை பழைய தகர டப்பாக்களிலிருந்து செய்யப்பட்டவை. கொட்டடிக்கு வெளியே நின்றுகொண்டே அவற்றில் உணவும், நீரும் வைக்கலாம். சுத்தம் செய்யலாம். இவை அனைத்தும் வெகு சுத்தமாக, கச்சிதமாக இருந்தன. காரணம் என் அப்பா ஓய்வில்லாமல், நரிகளுக்குத் தேவையானவற்றை, புதிது புதிதாகக் கண்டுபிடித்துச் செய்துகொண்டே இருப்பார். 'ராபின்சன் க்ரூசோ' தான் இந்த உலகில் அவருக்கு மிக மிகப் பிடித்த புத்தகம்.

நரிகளுக்குத் தண்ணீர் கொண்டுவர ஒரு தகரப் பீப்பாயைத் தள்ளுவண்டியில் பொருத்தி இருந்தார். கோடையில் நரிகளுக்கு காலை ஒன்பது மணியிலிருந்து பத்து மணிக்குள்ளாகவும் இரவு உணவிற்குப் பின்பும் என இருமுறை நீர் தரப்படும். அது என்னுடைய வேலை. எங்கள் கொட்டகைக்கு அருகே இருந்த குழாயிலிருந்து தண்ணீரை பீப்பாயில் நிறைத்து, அந்த வண்டியை நரிப்பண்ணைக்கு இழுத்துச் செல்வேன். பிறகு வண்டியை நிறுத்திவிட்டு, என்னுடைய வாளியை எடுத்து வந்து, நீரை மொண்டு எடுத்து ஒவ்வொரு வரிசையிலும் உள்ள பாத்திரங்களில் ஊற்றுவேன். சில சமயம் லாய்டும் அவனுடைய சிறிய வாளி நிறைய நீரை எடுத்து, அது அவனது கால்களில் வழிந்து காலணிகள் நனைய என்னுடன் வேலை செய்வான். நான் அப்பாவின் பெரிய வாளியை எடுத்துச் செல்வேன். ஆனால் என்னால் அதில் முக்கால் பங்கு அளவு நீரை மட்டுமே சுமந்து செல்ல முடியும்.

எல்லா நரிகளுக்கும் பெயர்கள் இருந்தன. அவை தகரத்தட்டுகளில் எழுதப்பட்டு, ஒவ்வொரு கொட்டடியிலும் தொங்கவிடப்பட்டிருந்தன. அவை பிறந்த உடனே பெயர் வைக்கமாட்டோம். முதல் ஆண்டு அவை தோல் உரிக்கப்படாமல் பிழைத்திருந்தால், இனப்பெருக்கத்திற்காக அவை விட்டுவைக்கப்படும். அப்பா அவற்றுக்கு பிரின்ஸ், பாபி, வாலி, பெட்டி என்ற பெயர்களை வைப்பார். நான் ஸ்டார், டயானா, டார்க், மௌரீன் என்று பெயரிடுவேன். லாய்டு ஒரு நரிக்கு, அவன் சிறு பையனாக இருந்தபோது எங்கள் வீட்டில் வேலை செய்த 'மாட்' என்ற பெண்ணின் பெயரைச் சூட்டினான். மற்றொன்றிற்கு பள்ளியில் தன்னுடன் படித்த 'ஹெரால்டு' என்ற பையனின் பெயரை வைத்தான். இன்னொரு நரிக்கு 'மெக்ஸிகோ' என்ற பெயரைத் தேர்ந்தெடுத்தான். அதற்குக் காரணம் தெரியவில்லை.

பெயர் சூட்டி அவைகளைச் செல்லப் பிராணிகளைப் போல நாங்கள் நடத்தவில்லை. அப்பாவைத் தவிர யாரும் கொட்டடியின் கதவைத் திறந்து உள்ளே சென்றதில்லை. அவருக்கும் இருமுறை நரிக்கடியால் ரத்தத்தில் விஷம் பரவி வைத்தியம் செய்ய வேண்டி வந்தது. அவற்றிற்கு நீர் ஊற்றும்போது அவை மேலும் கீழும் திரிந்து கொண்டே இருக்கும். அதனால் கொட்டடிகளில் ஒற்றையடிப் பாதைகள் ஏற்பட்டிருந்தன. மேலும் அச்சமயத்தில் ஊளையிடாது. அந்தச் செயலை இரவு நேரத்திற்காகவே ஒதுக்கி வைத்திருந்தன.

இரவுகளில் வெறித்தனமாகக் கூட்டமாகக் குரைத்துக்கொண்டே இருக்கும். அவற்றின் தங்கம் போல மின்னும் கண்களில் கோபம் மிகுந்திருக்கும். ஆனால் அவற்றின் நளினமான சிறிய கால்களும், ராஜகம்பீரத்துடன் கூடிய அடர்ந்த வாலும், அதில் இருந்த கருத்த ரோமமும் அழகைக் கூட்டின. குறிப்பாக, நேர்த்தியான நீண்ட கூர்மையான பகைமை பாராட்டும் முகமும் ஒளிரும் தங்கக் கண்களும் அவற்றிற்கு அப்பெயர் ஏற்படக் காரணங்களாயின.

கொட்டடிகளுக்கிடையே வளர்ந்திருந்த உயரமான புற்களையும் பூத்துக் குலுங்கும் பல செடிகளையும் அப்பா வெட்டும்போது, நான் அவற்றைச் சிறு சிறு கட்டுகளாகக் கட்டி ஒதுக்கி வைப்பேன். அப்பா அவற்றை நரிக்குடில்களின் மீது பரப்பிவிடுவார். அதனால் அவற்றிற்கு சற்று குளிர்ச்சி ஏற்படும். மேலும் கடும் வெப்பத்தால் அழகிய ரோமம் பழுப்பு நிறமாக மாறுவதும் தடுக்கப்படும். எங்கள் வேலையைப்பற்றி மட்டுமே அப்பா பேசுவார். வேறு எதைப்பற்றியும் பேசவே மாட்டார். என் அம்மா உற்சாகமாக இருந்தால் எல்லா விஷயங்ளையும் சொல்லுவார். சிறு பெண்ணாக இருந்தபோது வளர்த்த நாய் பற்றி; சற்று வளர்ந்த பின் ஆண் நண்பர்களுடன் வெளியே சென்றது பற்றி; அவளுடைய சில உடைகளின் அமைப்புபற்றி. இப்போது அவை என்னவாயின என்று கற்பனைகூட செய்யமுடியவில்லை. என் தந்தையின் எண்ணங்களும் கதைகளும் அவருக்குள்ளேயே இருந்தன. அவரிடம் நான் எந்தக் கேள்வியும் கேட்டதே இல்லை. அவரோடு பேச எனக்குக் கொஞ்சம் வெட்கமாக இருக்கும். ஆனால் அவரது மேற்பார்வையில் ஒருவகை பெருமிதத்தோடும், விருப்பத்தோடும் வேலை செய்வேன். ஒருமுறை நரிகளின் உணவுகளை விற்கும் ஒரு விற்பனைப் பிரதிநிதி அப்பாவைப் பார்க்க வந்தார். அவரிடம் அப்பா, “என்னிடம் புதிதாக வேலைக்குச் சேர்ந்திருக்கும் நபரைச் சந்தியுங்கள்” என்றார். நான் மகிழ்ச்சியில் முகம் சிவக்க, வேகவேகமாகப் புற்களைத் திரட்டினேன். “ஓ என்னை ஏமாற்றுகிறீர்களா! அவள் ஏதோ ஒரு பெண் என்று அல்லவா நான் நினைத்தேன்” என்றார் அவர்.

புற்களை வெட்டியபின் பருவகாலம் வேகமாக மாறுவது போல் தெரிந்தது. புற்கள் வெட்டப்பட்ட பகுதியில், சிவந்த மாலை வானத்தை ரசித்தபடியே நடந்து சென்றபோது, இலையுதிர் காலத்தின் அமைதியான வருகையை உணர்ந்தேன்.

தள்ளுவண்டியை வெளியே இழுத்து, கொட்டடியில் தாழ்ப்பாளைப் போட்டபோது நன்றாக இருட்டிவிட்டது. ஓர் இரவு இம்மாதிரியான நேரத்தில் என் தாயும் தந்தையும் மாட்டுக் கொட்டகைக்கு வெளியே இருந்த சிறு மேடான பகுதியில் (நாங்கள் அதை 'காங்வே' என்போம்) நின்று பேசிக்கொண்டிருந்தார்கள். அப்பா மாமிசம் வெட்டும் அறையிலிருந்து வந்திருக்க வேண்டும். அவர் கெட்டியான ரத்தக்கறை படிந்த உடுப்புக் காப்புத் துணியைக் (*apron*) கட்டியிருந்தார். கையில் ஒரு வாளியில் மாமிசம் இருந்தது.

அம்மாவை மாட்டுக் கொட்டகைக்கு அருகே பார்த்தது ஆச்சரியமாக இருந்தது. துணிகளைக் காயப்போடவோ அல்லது உருளைக்கிழங்குகளைத் தோட்டத்தில் தோண்டி எடுக்கவோ மட்டுமே அம்மா வீட்டை விட்டு வெளிவருவார். சூரிய ஒளியையே கண்டிராத அவளது பருத்த கால்களும், இரவு உணவிற்குப் பின் பாத்திரங்களைக் கழுவியதால் வயிற்றுப்புறத்தில் ஈரமாக இருந்த அவளது உடுப்புக் காப்புத் துணியும் அவளை அந்த இடத்திற்குப் புதியவளாகக் காட்டின. கைக்குட்டையால் மேலே தூக்கிக் கட்டப்பட்டிருந்த அவள் தலைமுடியின் ஒரு சிறு கொத்து வெளியே தொங்கிக்கொண்டிருந்தது. காலையில், தனக்கு ஒழுங்காகத் தலைமுடியைச் சீவி முடிக்க நேரம் இல்லை என்று சொல்லி, இப்படிக் கட்டும் என் அம்மா, நாள் முழுவதும் அதை அப்படியே விட்டுவிடுவாள். உண்மைதான், அவளுக்கு வேறு எதற்கும் நேரமில்லை. இந்தப் பருவத்தில் எங்கள் வீட்டுப் பின் வாசலில், பக்கத்து நகரத்திலிருந்து வாங்கி வரப்பட்ட பீச், திராட்சை மற்றும் பேரிக்காய் பழக்கூடைகளும் எங்கள் தோட்டத்தில் விளைந்த தக்காளி, வெங்காயம் மற்றும் வெள்ளரிக்காய்களும் நிரம்பி வழிந்தன. இவை அனைத்தும் ஜாம், ஜெல்லி, சாஸ் மற்றும் ஊறுகாய்களாக உருமாற்றம் பெறக் காத்துக்கொண்டிருந்தன. சமையலறையில் அடுப்பு எப்போதும் எரிந்துகொண்டே இருந்தது. கண்ணாடி ஜாடிகளும், பாட்டில்களும் அடுப்பின் மீதிருந்த பெரிய கொதிகலன்களில் இருந்த நீரில் போடப்பட்டு ஸ்டெரிலைஸ் செய்யப்பட்டுக் கொண்டு இருந்தன. சில சமயம் இரு நாற்காலிகளின் முதுகுகளுக்கிடையே கட்டப்பட்ட துணியில் திராட்சைக் கூழ், ஜெல்லி செய்வதற்தாக வடிகட்டப்படும். அங்கே நான், கொதிநீரில் போட்டு எடுக்கப்பட்ட பீச் பழங்களை தோலுரிப்பேன். அல்லது கண்கள் எரிச்சலுற்று, கண்ணீர் வழிய வெங்காயங்களை வெட்டிக்கொண்டிருப்பேன். இந்த வேலை

முடிந்தவுடன், அம்மா எனக்கு அடுத்ததாக என்ன வேலை தரலாம் என்று யோசிப்பதற்குள், நான் வெளியே கூப்பிடு தூரத்திற்கும் அப்பால் ஓடிவிடுவேன். கோடை வெயிலில் சமையலறையின் பச்சைத் திரைகளும், பழைய ரெக்ஸின் விரிப்பு கொண்ட மேசைகளும், மேடு பள்ளமாக மாறிவிட்ட லினோலியத் தரையும் எனக்குப் பிடிக்கவே பிடிக்காது.

அம்மாவும் மிகுந்த வேலைப்பளுவால் களைத்துப்போய், என்னுடன் பேசக்கூட நேரமில்லாமல் இருப்பாள். அவளுடைய பள்ளி இறுதிநாள் விழாவின் நடனம் பற்றிப் பேச மனமிருக்காது. அவள் முகத்தில் வியர்வை ஆறாக வழியும். ஜாடிகளில் சர்க்கரையை அளந்து போட்டுக்கொண்டும், அவற்றைக் குறித்துக்கொண்டும், எண்ணிக்கொண்டும் இருப்பாள். வீட்டுவேலை முடிவற்றதாகவும், மனச்சோர்வும் களைப்பும் ஏற்படுத்துவதாகவும் இருந்தது. வீட்டிற்கு வெளியே அப்பாவுக்காக வேலை செய்வது ஒரு சடங்கைச் செய்வது போல இருந்தது.

தண்ணீர் வண்டியை மாட்டுக் கொட்டகை அருகே தள்ளிச் சென்று நிறுத்தினேன். அம்மா அப்பாவிடம், “லாய்டு வளரும் வரை சிறிது காலம் பொறுத்துக்கொள்ளுங்கள். உங்களுக்கு உண்மையான உதவும் கரம் ஒன்று கிடைக்கும்” என்றாள்.

இதற்கு அப்பாவின் பதில் என்ன என்று எனக்குக் கேட்கவில்லை. அவர் ஒரு புதிய மனிதருடனோ, வியாபாரியுடனோ பேசுவது போல் அமைதியாக, அம்மாவின் பேச்சைக் கேட்ட விதம் எனக்கு மகிழ்ச்சி அளித்தது. ஆனால் அவர் முகமோ தன் வேலையைத் தொடர விரும்புவதுபோல் இருந்தது. அம்மாவிற்கு அந்த இடத்தில் எந்த வேலையும் இருந்ததாக எனக்குத் தோன்றவில்லை. அப்பாவும் அப்படித்தான் நினைப்பார் என்று தோன்றியது. லாய்டைப் பற்றி அம்மா இவ்வாறு நினைக்கிறார். அவனால் யாருக்கும் எந்த உதவியும் கிடைக்காது. இப்போது அவன் எங்கே இருக்கிறான்? ஊஞ்சலில் மிக வேகமாக தலைசுற்றும்வரை ஆடிக் கொண்டோ, அல்லது லார்வாப் புழுக்களை பிடித்துக்கொண்டோ இருப்பான். நான் என் வேலையைச் செய்து முடிக்கும்வரை, ஒருநாளும் அவன் என்னோடு இருந்ததில்லை.

“அப்போது நான் இவளை இன்னும் அதிகமான வீட்டு வேலைகளைச் செய்யப் பயன்படுத்திக்கொள்வேன்” என்று

அம்மா சொல்லிக்கொண்டிருந்தாள். எப்போதும் என்னைப் பற்றிக் குறைபட்டுக்கொண்டே பேசுவது எனக்கு சங்கடத்தைத் தந்தது. "நான் சற்று வேறு பக்கம் திரும்பின உடனே அவள் வீட்டைவிட்டு வெளியே ஓடிவிடுகிறாள். குடும்பத்தில் எனக்கு உதவிசெய்ய ஒரு பெண் இருப்பது போலவே இல்லை."

அந்த உரையாடல் தொடர்ந்துகொண்டிருந்ததால் அங்கே போக விருப்பமின்றி, உள்ளே ஒரு நரி உணவு மூட்டையின் மீது அமர்ந்தேன். என் அம்மாவை நம்பக்கூடாது என்று தோன்றியது. அப்பாவை விட அன்பானவர். எளிதில் ஏமாறக்கூடியவர். ஆனால் அவரை முழுவதும் நம்பமுடியாது. அவர் என்னை நேசித்தார். நான் பள்ளிகள் திறக்கப்பட்டவுடன் உடுத்திச்செல்ல, இரவு முழுவதும் கண்விழித்து, நான் விரும்பும் வகையில் என் ஆடைகளைத் தைத்துக்கொடுத்தார். ஆனாலும் அவர் எனக்குப் பகையாளிதான்.

அவர் எப்போதும் ஏதாவது ஒரு சதித்திட்டம் தீட்டிக்கொண்டே இருப்பார். எனக்கு வீட்டுவேலை செய்வது பிடிக்காது என்று தெரிந்தும், என்னை அப்பாவிடம் வேலை செய்யவிடாமல், வீட்டிற்குள் வேலை செய்யவைக்க ஏதோ ஒரு சதித்திட்டம் போடுவார். எதோ ஒருவகை முரணான மனநிலை அல்லது தன் அதிகாரத்தைச் சோதிக்கத்தான் இப்படிச் செய்கிறார், என நினைத்தேன். தனிமையில் இருப்பதாலோ அல்லது பொறாமையாலோ இதைச் செய்கிறார் என்று தோன்றவில்லை. மற்ற பெரியவர்கள் அனைவரும் அதிர்ஷ்டசாலிகள். அம்மா அந்த இடத்தை விட்டுச் செல்லும்வரை அங்கேயே உட்கார்ந்து, அருகில் இருந்த மூட்டையை, தூசி பறக்கும் வரை காலால் உதைத்துக்கொண்டே இருந்தேன்.

எப்படியானாலும் அம்மா சொல்வதை அப்பா கவனத்தில் கொள்ளமாட்டார் என்றே எதிர்பார்த்தேன். என்னுடைய வேலைகளை லாய்டு செய்வான் என்று யாராவது எதிர்பார்க்க முடியுமா? கற்பனை செய்ய முடியுமா? தள்ளுவண்டியை பீப்பாய் உருண்டுவிடாமல் தள்ளிச் செல்வது, கொட்டடியை இரவில் சாத்தித் தாழிடுவது, உணவு, நீர் பாத்திரங்களைக் குச்சியில் கட்டிய இலையைக் கொண்டு சுத்தம் செய்வது; இதை எல்லாம் அவன் சரியாகச் செய்வானா? உண்மையில் அங்கே நடக்கும்

வேலைகளின் தன்மையை அம்மா தெரிந்துகொள்ளாமல் இருக்கிறார் என்பதைத்தான் இது காட்டுகிறது.

ஓ! நரிகளின் உணவைப் பற்றிச் சொல்ல மறந்துவிட்டேன். அப்பாவின் ரத்தக்கறை படிந்த உடுப்புக் காப்புத் துணி எனக்கு அதை நினைவுபடுத்தியது. அவற்றுக்குக் குதிரை மாமிசமும் தரப்பட்டது. அந்தக் காலகட்டத்தில் பெரும்பாலான விவசாயிகள் தோட்ட வேலைகளுக்காக குதிரைகளை வளர்த்து வந்தார்கள். குதிரைகளுக்கு வயதாகிவிட்டாலோ அல்லது கால்கள் உடைந்துவிட்டாலோ, அல்லது கீழே விழுந்து அவற்றால் எழுந்து நிற்க முடியாமல் போனாலோ அதன் உரிமையாளர்கள் என் அப்பாவுக்குத் தகவல் அனுப்புவார்கள்.

அப்பாவும் ஹென்றியும் சரக்கு வண்டியை (டிரக்) எடுத்துச் செல்வார்கள். அந்த விவசாயிக்கு ஐந்திலிருந்து பன்னிரண்டு டாலர்கள் வரை விலை கொடுத்துவிட்டு அங்கேயே அந்தக் குதிரையை சுட்டுக் கொன்று, அதைக் கூறு கூறாக வெட்டி, மாமிசத்தை வண்டியில் கொண்டு வருவார்கள். ஏற்கனவே கைவசம் மாமிசம் அதிகமாக இருந்தால், அந்தக் குதிரையைப் பிடித்து வந்து எங்கள் பண்ணையின் குதிரை லாயத்தில், ஒரு வாரமோ, ஒரு மாதமோ, அதாவது மாமிசம் தேவைப்படும் வரை அதை உயிரோடு விட்டு வைப்பார்கள்.

போருக்குப் பின், விவசாயிகள் தோட்ட வேலைகளுக்கு டிராக்டர்களை வாங்க ஆரம்பித்திருந்தனர். எனவே குதிரை வளர்ப்பதைத் தவிர்க்க ஆரம்பித்திருந்தனர். குளிர் காலங்களில் எங்கள் மாட்டுக் கொட்டகையில் வைக்கோல் அதிகமாக இருப்பதால் குதிரைகளைக் கொல்லமாட்டார்கள். அந்த வைக்கோலை அவற்றுக்கு உணவாகக் கொடுப்பர். மேலும் உறைபனி பெய்து, சாலைகளில் உறைபனியை வெட்டி நீக்கும் இயந்திரங்கள் வராவிட்டால், குதிரையுடன் பனிவெட்டும் கருவியைக் கொண்டு சென்று, பனியை வெட்டி அகற்றினால்தான் அருகிலுள்ள நகரத்திற்குச் செல்ல முடியும்.

இந்த வருடக் குளிர்காலத்தில் எனக்கு பதினொரு வயது நிரம்பியது. எங்கள் லாயத்தில் இரண்டு குதிரைகள் இருந்தன. அவற்றுக்கு இங்கே வருவதற்குமுன் என்ன பெயர் என்று தெரியவில்லை. எனவே நாங்கள் அவற்றுக்கு 'மேக்' மற்றும் 'ப்ளோரா' எனப்

பெயரிட்டோம். மேக் ஒரு வயதான, கறுப்பு நிற, வயல் வேலை செய்த ஆண்குதிரை. ப்ளோரா பழுப்பு நிறப் பெண்குதிரை. மிகவும் மெதுவாக நடக்கும் மேக்கைக் கையாள்வது எளிது. ஆனால் ப்ளோரா மிக வேகமாகத் துள்ளிக்கொண்டும், வழியில் வரும் கார்களையும், மற்ற குதிரைகளையும் பார்த்து கனைத்துக் கொண்டும் செல்வாள்.

அவள் நடையும் கம்பீரமும் வேகமும் எங்களுக்கு மிகவும் பிடித்திருந்தது. சனிக்கிழமைகளில் குதிரை லாயத்திற்குச் செல்வோம். கதவைத் திறந்தவுடன் ப்ளோரா தலையை உயர்த்திப் பார்த்து, கண்களை உருட்டி, செல்லச் சிணுங்கல் போலக் கனைத்து, தன்னை விடுவித்துக்கொள்ளப் போராடுவாள். அவளுடைய சிறு தடுப்பிற்குள் செல்வது பாதுகாப்பானது அல்ல. ஒருவேளை கால்களால் உதைக்கக்கூடும்.

அம்மா அன்றொரு நாள் இரவு அப்பாவிடம் மாட்டுக் கொட்டகை, 'காங்வே' யில் பேசிக்கொண்டிருந்த விஷயத்தைப் பற்றி, இந்த வருடக் குளிர்காலத்தில், மேலும் அதிகமாகக் கேள்விப்பட்டேன். நான் இப்போது பாதுகாப்பாக இல்லாதது போல ஓர் உணர்வு. என்னைச் சுற்றி இருந்த மனிதர்களின் மனங்களில் இந்த விஷயம் பற்றிய ஒரு சிந்தனை எப்போதும் மாறாமல் இருப்பதாக எனக்குத் தோன்றியது. முன்பெல்லாம் 'சிறுமி' என்ற சொல் அறியாமை உடையதாகவும், குழந்தைபோல் லேசானதாகவும் எனக்குத் தெரிந்தது. இப்போது சிறுமி என்பது நான் நினைத்ததுபோல அல்ல என்று தெரிந்தது. அது நான் என்னவாக வேண்டும் என்பதாகும். அது எப்போதுமே ஒரு வகை அழுத்தத்துடனும், இடித்துரைத்தலுடனும், ஒரு வகையில் ஏமாற்றம் தருவதாகவும் வரையறுக்கப்படும் ஒரு வார்த்தை. மேலும் அது என்னை ஒருவிதத்தில் கேலிப் பொருளாக்குகிறது. ஒருமுறை நானும் லாய்டும் சண்டை போட்டோம். அப்போது அவனை எதிர்க்க நான் என் முழு சக்தியையும் திரட்ட வேண்டியிருந்தது. ஆனாலும் அவன் என் கையை அழுத்திப்பிடித்து என்னை அசையவிடாமல் செய்துவிட்டான். உண்மையிலேயே அது எனக்கு மிகுந்த வலியை உண்டாக்கியது. அங்கே வந்த ஹென்றி சிரித்துக்கொண்டே, "ஓ! விரைவில் லாய்டு உன்னைவிட பலசாலியாகிவிடுவான்" என்றார். லாய்டின் உயரமும் எடையும் இப்போது சற்றுக் கூடி இருந்தன. நானும் சற்று வளர்ந்திருந்தேன்.

என் பாட்டி எங்களுடன் சில வாரங்கள் தங்கி இருக்க வந்தார். அப்போது இன்னும் பல விஷயங்களைக் கேள்விப்பட்டேன். 'பெண்பிள்ளைகள் கதவை ஓங்கி அறைந்து சாத்தக்கூடாது'. 'பெண்கள் உட்காரும்போது முழங்கால்களைச் சேர்த்து வைத்துக் கொள்ள வேண்டும்'. இதைவிட மோசமான ஒன்று, நான் சில கேள்விகளைக் கேட்டபோது, "அது பெண்களுக்குத் தேவையற்ற விஷயம்" என்று பதில் வந்தது. ஆனால் நான் பழையபடியே கதவுகளை அறைந்து சாத்தவும், என் வழக்கப்படியே உட்காரவும் செய்தேன். இவ்வாறு செய்வது எனக்கு சுதந்திர உணர்வைத் தருகிறது என நினைத்தேன்.

குளிர்காலம் போய், வசந்தகாலம் வந்தது. குதிரைகள் லாயங்களிலிருந்து வெளியே விடப்பட்டன. மேக், கொட்டகைச் சுவரில் தன் கழுத்தையும் பிட்டங்களையும் உரசிச் சொறிந்து கொண்டிருந்தது. ப்ளோரா அங்குமிங்கும் தவ்வு நடை போட்டு வேலிக் கம்பங்களில் தன் பின்புறத்தை உரசிக்கொண்டது. கம்பங்களில் தன் குளம்புகளை அடித்து ஒலியை எழுப்பியது. பனிப்பொழிவு நின்றுபோனது. உறைபனியும் கரைந்துபோனது. அட்டகாசமான வெண்பனியை இழந்து, பழுப்பு நிற பூமி தன் மேடுபள்ளங்களுடன் தெளிவாகத் தெரிந்தது. ஏதோ ஒன்றிலிருந்து, விடுதலை பெற்றது போல, வெளியே விடப்பட்டது போல ஓர் உணர்வு. இப்போது லேசான காலணிகளை அணிந்ததால், பாதங்கள் எடை குறைந்தது போலத் தோன்றியது. ஒரு சனிக்கிழமை; குதிரை லாயத்திற்குப் போனோம். எல்லாக் கதவுகளும் திறந்திருந்தன. இதுவரை அங்கே காணப்படாத சூரிய ஒளியும் தூய காற்றும் உள்ளே நுழைந்திருந்தன. ஹென்றி அங்கே இருந்தார். என் அம்மாவின் கண்களுக்குப் படாமல், ஒவ்வொரு குதிரை அறையின் பின்பகுதியிலும், தான் சேகரித்துத் தொங்கவிட்டிருந்த காலண்டர்களை அழகு பார்த்துக் கொண்டிருந்தார்.

"வாங்க! வாங்க!! நம்ம மேக்கிற்கு விடைகொடுத்து அனுப்புங்கள். ஒரு வாய் ஓட்சை நம்ம நண்பனுக்குக் கொடுங்கள்," என்று சொல்லி, லாய்டின் உள்ளங்கைகளில் ஓட்சைக் கொட்டினார். லாய்டு அதை மேக்கிற்குக் கொடுத்தான். மேக்கின் பற்கள் மிகமிக மோசமான நிலையில் இருந்தன. ஓட்சை வாயின் எல்லாப் பகுதிகளுக்கும் நாக்கினால் தள்ளி, எஞ்சியிருந்த ஒரே ஒரு கடைவாய்ப் பல்லைக் கொண்டு மெல்லுவதற்கு முயற்சி

செய்தது. ஹென்றி வருத்தத்துடன், "பாவம் மேக்! ஒரு குதிரைக்கு பற்கள் போய்விட்டால் எல்லாமே போனதுதான்" என்றார்.

"நீங்கள் இன்று அதை சுட்டுக்கொல்லப் போகிறீர்களா?" நான் கேட்டேன். மேக்கும் ப்ளோராவும் நீண்ட காலம் லாயத்தில் இருந்ததால், அவை கொல்லப்படும் என்பதை நான் மறந்துவிட்டேன். ஹென்றி எனக்கு விடையைச் சொல்லவில்லை. அதற்குப் பதிலாக, உரத்த நடுங்கும் குரலில், போலியான சோகக் குரலில் பாட ஆரம்பித்தார். 'வயதான பின் இங்கே வேலை இல்லை. எல்லோரும் சென்று சேரும் இடத்தை அடைய வேண்டியதுதான்.' மேக்கின் தடித்த கருத்த நாக்கு லாய்டின் கைகளிலிருந்து, ஓட்சை எடுத்துக் கொண்டிருந்தது. பாட்டு முடியுமுன்பே நான் வெளியே சென்று காங்வேயில் உட்கார்ந்தேன்.

குதிரை சுட்டுக்கொல்லப்படுவதை நான் இதுவரை பார்த்ததில்லை. ஆனால் அதை எங்கே நடத்துகிறார்கள் என்று தெரியும். சென்ற கோடையில் லாய்டும் நானும் தோட்டத்தில் ஒரு குதிரையின் குடலைப் பார்த்தோம். (பிறகு அது பூமியில் புதைக்கப்பட்டது). முதலில் ஏதோ ஒரு பெரிய கரும்பாம்பு வெயில் காய்கிறது என்று நினைத்தோம். அது மாட்டுக் கொட்டகையின் பின்புறம் இருந்த திறந்தவெளி. மாட்டுக் கொட்டகைக்குள் நுழைந்துகொண்டால் அதன் சுவர்களிலுள்ள வெடிப்புகள் மற்றும் ஓட்டைகள் வழியாக அதைப் பார்க்க முடியும். அதைக் கட்டாயமாகப் பார்த்தே ஆகவேண்டும் என்று விரும்பவில்லை. ஆனால் ஒரு நிகழ்வு உண்மையில் நடக்கும்போது, அதைப் பார்த்துத் தெரிந்துகொள்வது நல்லதல்லவா?

அப்பா வீட்டிலிருந்து துப்பாக்கியுடன் வெளியே வந்தார்.

"இங்கே என்ன செய்கிறீர்கள்?"

"ஒன்றுமில்லை."

"வீட்டிற்குப் போய் விளையாடுங்கள்."

அவர் லாய்டை குதிரை லாயத்திலிருந்து வெளியே அனுப்பினார். நான், "அவர்கள் மேக்கைக் கொல்வதை நீ பார்க்க வேண்டுமா?" என்று அவனிடம் கேட்டேன். பதிலுக்குக் காத்திராமல், மாட்டுக்கொட்டகையின் முன்வாயிலுக்கு அவனை அழைத்துச் சென்றேன். மெதுவாகக் கதவைத் திறந்து சப்தமில்லாமல் உள்ளே

போனோம். "சப்தம் செய்யாதே! அவர்கள் நம்மைக் கண்டு பிடித்துவிடுவார்கள்" என்றேன். ஹென்றியும் அப்பாவும் குதிரை லாயத்தில் பேசுவது கேட்டது. பிறகு மேக்கின் கனத்த காலடி ஓசை: அதன் சிறு அறையிலிருந்து வெளியே பிடித்து வருகிறார்கள்.

நாங்கள் மாட்டுக் கொட்டடையின் பரணில் ஏறிக்கொண்டோம். அங்குதான் ஆண்டு முழுவதற்கும் தேவைப்படும் வைக்கோலும், மற்ற தீவனங்களும் சேமித்து வைக்கப்படும். அதன் கூரையிலிருந்த துளைகள் வழியே உள்ள வந்த ஒளிக்கற்றைகள் அழகிய கோலங்களை வரைந்தன. அங்கே வைக்கோல் குறைவாகத்தான் இருந்தது. மேடும் பள்ளமுமான நிலம் போல இருந்தது. சுமார் நான்கு அடி உயரத்தில் சுவர் ஓரங்களில் சற்று அகலமான மரப்பலகை தென்பட்டது. வைக்கோலை ஒரு மூலையில் குவித்தோம். முதலில் லாய்டை அதன்மீது ஏற்றி, மேலிருந்த மரப்பலகைக்குப் போகச் செய்தேன். பிறகு நானும் மேலே ஏறினேன். மரப்பலகை ஓரளவுதான் அகலமாக இருந்தது. அதில் தவழ்ந்து சென்றோம். சுவரில் இருந்த பல ஓட்டைகளில், ஒன்றின் வழியே நான் விரும்பிய இடத்தைப் பார்க்க முடிந்தது. கொட்டகையின் பின்புறம் இருந்த வெட்டவெளியின் ஒரு பகுதி. அதற்கப்பால் இருந்த பெரிய கேட், பண்ணையின் மற்றொரு பகுதி எல்லாமே தெரிந்தன.

லாய்டுக்கு அப்படி ஓர் ஓட்டை கிடைக்கவில்லை என்று புகார் செய்தான்.

அவனுக்கு மரச்சுவரில் இரு பலகைகளுக்கு இடையே இருந்த ஒரு விரிசலைக் காட்டினேன். "அமைதியாக இரு. உன் சத்தம் அவர்களுக்குக் கேட்டுவிட்டால் நமக்குச் சிக்கல்தான்."

அப்பா கையில் துப்பாக்கியுடன் நடந்தார். ஹென்றி மேக்கின் தலைக்கயிற்றைப் பிடித்து அதை நடத்தி வந்தார். பிறகு கயிற்றை விட்டுவிட்டு சிகரெட் சுற்றும் தாளையும், புகையிலையையும் எடுத்து அப்பாவிற்கும் தனக்கும் சிகரெட்டுகளைச் சுருட்டினார். மேக் வேலி ஓரத்தில் இருந்த காய்ந்த புற்களை மேய ஆரம்பித்தது.

அப்பா வேலிக் கதவைத் திறந்து, மேக்கை வெளியே இட்டுச் சென்றார். ஹென்றி பாதையிலிருந்து விலகி அந்தத் திறந்தவெளியின் ஒரு பகுதிக்கு மேக்கை பிடித்துச் சென்றார். அவர்கள் இருவரும் பேசிக்கொண்டது எங்களுக்குக் கேட்கவில்லை. மேக் மீண்டும்

ஒரு வாய் பசும்புல் கிடைக்குமா என்று தேடியது. ஆனால் கிடைக்கவில்லை. அப்பா நேராகச் சென்று தனக்கு வசதியான ஒரு இடத்தில் நின்றார். ஹென்றி மேக்கின் தலைக்கயிற்றை அலட்சியமாகப் பிடித்தபடி அதன் பக்கவாட்டில் விலகி நடந்தார். அப்பா துப்பாக்கியைத் தூக்கிப் பிடித்தார். ஏதோ ஒன்றை கவனித்தது போல மேக் தலையை உயர்த்திப் பார்த்தது. அப்பா அதைச் சுட்டுவிட்டார்.

மேக் உடனே இறந்துவிடவில்லை. ஆனால் அது பக்கவாட்டில் தடுமாறி ஒருபுறமாக விழுந்தது. பிறகு புரண்டு முதுகு தரையில் தோய ஆச்சரியமூட்டும் வகையில் கால்களை காற்றில் உதைத்தது. இதைப் பார்த்த ஹென்றி அது ஏதோ தந்திரம் செய்வது போல பாவித்துச் சிரித்தார். துப்பாக்கிச் சத்தம் கேட்டவுடனே. நீண்ட ஆச்சரியப் பெருமூச்சுவிட்ட லாய்டு, சத்தமாக, “மேக் இன்னும் சாகவில்லை” என்றான்.

எனக்கும்கூட அது உண்மையாக இருக்குமோ என்று தோன்றியது. ஆனால் அதன் கால்கள் அசைவற்றுப் போய், மீண்டும் ஒருமுறை புரண்டு, தசைகள் துடிதுடிக்க இறந்துபோனது. அப்பாவும் ஹென்றியும் அதன் அருகே சென்று, தொழில் நேர்த்தியுடன் பார்வையிட்டார்கள். பிறகு குனிந்து அதன் நெற்றியில் துப்பாக்கி ரவை துளைத்த இடத்தைப் பார்த்தனர். அப்போது நான் அந்தப் பழுப்பு நிறப் புற்களின் மீது அதன் ரத்தத்தைப் பார்த்தேன்.

“இனி அவர்கள் அதன் தோலை உரித்துவிட்டு தசைகளை வெட்டி எடுப்பார்கள். நாம் போகலாம்,” என்றேன். என்னுடைய கால்கள் நடுங்கின. பலகை மீதிருந்து கீழே கிடந்த வைக்கோலின் மீது குதித்தேன். “எப்படி குதிரையைச் சுடுகிறார்கள் என்று இப்போது பார்த்துக்கொண்டாயா?” பாராட்டும் தொனியில், ஏதோ நான் இதைப் பலமுறை பார்த்திருப்பதுபோலக் கேட்டேன். “சரி வா! கொட்டகையில் எங்காவது பூனைகள் வைக்கோலுக்குள் குட்டிகளை வைத்துள்ளனவா என்று பார்க்கலாம்” என்றேன். லாய்டும் மேலிருந்து வைக்கோலின் மீது குதித்தான். அவன் மீண்டும் சிறு பையனாகி எனக்குக் கீழ்ப்படிவதுபோல இருந்தது. அவன் சிறுபையனாக இருந்தபோது ஒருமுறை அவனை இங்கே அழைத்து வந்தேன். அவனை இங்கிருந்த ஏணியில் ஏற்றிவிட்டு மேற்கூரை வரை செல்லும்படி சொன்னேன். அப்போதும் இதேபோல் வசந்த காலம். பரணில் வைக்கோல் குறைவாகத்தான்

இருந்தது. ஏதோ ஒரு உற்சாகத்தில், ஏதேனும் ஒரு சம்பவம் நிகழ்ந்தால் அதைப்பற்றி நான் விரிவாகச் சொல்லலாம் என்றுதான் அப்படிச் செய்தேன். என்னுடைய பழைய பழுப்பு வெள்ளைக் கட்டங்கள் கொண்ட ஒரு கனமான கோட்டை வெட்டி அதில் இருந்து தைக்கப்பட்ட ஒரு சிறிய கோட்டை அவன் அணிந்திருந்தான். அவன் மேலேறிச் சென்று ஒரு சட்டத்தின் மீது உட்கார்ந்தான். அவனுக்குக் கீழே ஒருபுறம் வைக்கோல் மறுபுறம் தரை. அதில் பழைய இயந்திரங்கள் கிடந்தன. உடனே நான் அலறிக்கொண்டு வெளியே சென்று அப்பாவிடம், "லாய்டு பரணில் ஏறி மேல் சட்டத்திற்குப் போய்விட்டான்" என்றேன். அப்பா உடனே வந்தார். அம்மாவும் வந்தார். அமைதியாக, பேசிக்கொண்டே அப்பா ஏணியில் ஏறிச்சென்று லாய்டை பத்திரமாகத் தூக்கிவந்தார். அதைக்கண்ட அம்மா ஏணியின் மீது சாய்ந்து அழ ஆரம்பித்தாள். அவர் என்னிடம், "நீ ஏன் அவனைப் பார்த்துக்கொள்ளவில்லை" என்று கேட்டார். ஆனால் நடந்த உண்மை யாருக்கும் தெரியாது. அப்போது அதைச் சொல்லும் அளவிற்கு லாய்டுக்கு வயதும் இல்லை. ஆனால் அந்தக் கட்டம் போட்ட கோட்டை அலமாரியில் பார்க்கும் போதும், கடைசியில் அதைக் கிழிந்த பழைய துணிகளை வைக்கும் பையில் பார்த்தபோதும் எனக்கு வயிற்றுக்குள் ஏதோ உருண்டு செல்வது போல இருந்தது. ஒவ்வொரு முறையும் என்னுள் குற்ற உணர்வு எழுந்தது.

லாய்டைப் பார்த்தேன். அவனுக்கு அந்தச் சம்பவம் இப்போது நினைவிருக்காது. அவனது முகபாவம் எனக்குப் பிடிக்கவில்லை. அவன் பயந்துபோனது போலவோ, பாதிக்கப்பட்டது போலவோ காணப்படவில்லை. மாறாக ஆழமான யோசனையில் இருப்பது போல் பட்டது. எப்போதும் இல்லாத இனிமையான குரலில் "இங்கே பார்! இதை வெளியே சொல்லமாட்டாய் அல்லவா" என்று கேட்டேன். "மாட்டேன்" எங்கோ பார்வை லயித்திருக்க பதில் வந்தது.

"சத்தியமாக?"

"சத்தியமாக" என்றான். பொய்ச் சத்தியம் செய்தால் என்ன செய்வது என்று அவன் பின்னால் வைத்திருந்த கையைப் பிடித்துக்கொண்டேன். ஒருவேளை இச்சம்பவம் (குதிரையைக்

கொன்றது) கனவில் வரலாம். அதன் மூலம் எல்லோருக்கும் நாங்கள் திருட்டுத்தனமாகப் பார்த்தது தெரியலாம். எனவே அவன் பார்த்த சம்பவம் பற்றிய எண்ணங்களை அவன் மனதில் இருந்து முற்றிலும் வெளியேற்ற நான் ஏதாவது செய்தே தீர வேண்டும் என்று முடிவு செய்தேன். அவனுடைய சிறிய மனதில் ஏராளமான விஷயங்களுக்கு இடம் இருக்காது அல்லவா? என்னிடம் சிறுசேமிப்புப் பணம் கொஞ்சம் இருந்தது. அன்று மாலை நாங்கள் ஜூபிளி நகருக்குச் சென்று நகைச்சுவைப் படம் பார்த்து ரசித்துச் சிரித்தோம். அதற்குப்பின் எல்லாம் சரியாகிவிடும் என்று நினைத்தேன்.

இரண்டு வாரங்கள் சென்றன. ப்ளோராவைக்கொல்லப் போவது தெரிந்தது. முந்தைய இரவு அப்பாவிடம் "வைக்கோல் தேவையான அளவு இருக்கிறதா" என்று கேட்டார் அம்மா. அப்பா. "நாளையிலிருந்து பசுவிற்கு மட்டுமே வைக்கோல் தேவைப்படும். இன்னும் ஒரு வாரத்தில் புற்கள் வளர்ந்துவிடும். அப்போது பசுவையும் மேய்ச்சலுக்கு விட்டுவிடலாம்" என்றார். எனவே இப்போது ப்ளோராவின் முறை என்று எனக்குப் புரிந்தது.

இந்தத் தடவை எனக்கு அதைப் பார்க்கத் தோன்றவில்லை. அது ஒருமுறை மட்டுமே பார்க்க வேண்டிய நிகழ்வு. அதன்பின் அதைப்பற்றி நான் அதிகமாக யோசிக்கவும் இல்லை. ஆனால் பள்ளிக்கூடத்தில் ஏதாவது படித்துக்கொண்டிருக்கும்போதோ அல்லது வீட்டில் கண்ணாடி முன் நின்று, தலை சீவிக் கொண்டு. நான் வளர்ந்து பெரியவளாகும்போது மிகவும் அழகாக இருப்பேனா என்று யோசிக்கும்போதோ, அந்தக் காட்சி முழுவதும் என் மனத்திரையில் தோன்றி மறையும். அப்பா துப்பாக்கியை உயர்த்தியதும் ஹென்றி சிரித்ததும் மேக் கால்களை உதைத்ததும் மனக்கண்ணில் தோன்றும். நகரங்களில் வாழும் பெண்களுக்கு ஏற்படும் திகிலோ அல்லது அச்ச உணர்வோ எனக்கு ஏற்படவில்லை. விலங்குகளின் சாவுதான் நம் வாழ்க்கைத் தேவைகளைப் பூர்த்தி செய்யும் என்று நான் பழக்கப்பட்டுவிட்டேன். ஆனாலும் என் தந்தை மீதும் அவர் தொழிலின் மீதும் சிறிது வெட்கமும் எதிர்ப்பும் ஒருவித விலகும் தன்மையும் ஏற்பட்டது.

அன்று நல்ல பிரகாசமான ஒளியை சூரியன் பாய்ச்சிக் கொண்டிருந்தான். குளிர்கால மழையின்போது பண்ணையில்

முறிந்து விழுந்திருந்த மரக்கிளைகளை அப்புறப்படுத்தும் வேலை எங்களுக்குத் தரப்பட்டிருந்தது. அந்த மரக்குச்சிகள் எங்களுக்கு விளையாடவும் பயன்படும். திடீரென்று ப்ளோராவின் கனைப்பும் அப்பாவின் குரலும் ஹென்றி கத்துவதும் கேட்டது. என்ன நடக்கிறது என்று பார்க்க மாட்டுக் கொட்டகை வாசலுக்கு ஓடினோம்.

குதிரை லாயத்தின் கதவு திறந்திருந்தது. ஹென்றி ப்ளோராவை வெளியே நடத்தி வர, அது தப்பி ஓடியது. கொட்டகையின் ஒரு கோடியிலிருந்து மறு கோடிக்கு அது வேகமாக ஓடியது. நாங்கள் பயந்து போய் வேலிமீது எறிக்கொண்டோம். வயதாகி இருந்தாலும் அது கனைப்பதையும், முன்னங்கால்களைத் தூக்கிக்கொண்டு பின்னங்கால்களால் மட்டும் பாய்ந்து செல்வதையும், எதோ மேற்கத்திய சினிமாக்களில் வரும் பெரிய பயமுறுத்தும் குதிரைகளைப் போல பாய்ந்ததையும் பார்க்க பெரும் உற்சாகம் ஏற்பட்டது. அப்பாவும் ஹென்றியும் அதன் பின்னால் ஓடி அதன் தலைக்கயிற்றைப் பிடிக்க முயற்சி செய்தனர். அதைப் பண்ணையில் ஒரு மூலைக்கு ஓடவிட்டுப் பிடிக்கும் தறுவாயில் அவர்களுக்கிடையே புகுந்து கொட்டகையின் பின்புறம் காணாமல் போயிற்று. கொட்டகை வேலியைத் தாண்டும்போது இரும்புக் குழாய்களின் மீது, அதன் குளம்புகள் பட்டு பெரிய சப்தம் ஏற்பட்டது. ‘அது பண்ணைக்குள் ஓடிவிட்டது’ ஹென்றி கத்தினார்.

அப்படியானால் எங்கள் வீட்டைச் சுற்றி இருந்த ‘ட’ வடிவப் பண்ணைக்குள் அது ஓடிவிட்டது. பண்ணையின் கேட் திறந்திருந்தது. அதற்குச் செல்லும் பாதையின் குறுக்கே நிறுத்தப்பட்டிருந்த டிரக்கை இன்று காலை பண்ணைக்குள் கொண்டு சென்றுவிட்டார்கள். கேட்டிற்குச் செல்லும் பாதைக்கு அருகே இருந்த என்னைப் பார்த்து அப்பா, “போய் கேட்டை மூடு" என்றார்.

நான் வேகமாக ஓடுபவள். தோட்டத்தின் குறுக்கே ஓடி, நாங்கள் ஊஞ்சல் ஆடும் மரத்தைத் தாண்டி, நீர்வழிப் பாதை ஒன்றையும் தாண்டி கேட்டிற்கு அருகே வந்தேன். கேட் திறந்து இருந்தது. ப்ளோரா இன்னும் வெளியே போகவில்லை. அந்தப் பாதையிலும் அவளைக் காணவில்லை. அவள் பண்ணையின் மறுபுறம் ஓடிப் போயிருக்கலாம். கேட் மிகவும் கனமானது. அதை மண்ணிலிருந்து

சற்று மேலே தூக்கி பாதையின் குறுக்கே பாதி தூரம் கொண்டு சென்றிருப்பேன். அப்போது ப்ளோரா எங்கிருந்தோ என்னை நோக்கி நேராக ஓடிவந்தாள். கேட்டின் சங்கிலியை அதன் கொக்கியில் மாட்டப் போதுமான நேரமும் இருந்தது. எனக்கு உதவ லாய்டும் ஓடிவந்தான்.

கேட்டை மூடுவதற்குப் பதிலாக நான் அதைத் திறந்து வைத்தேன். எந்த முடிவும் எடுத்து அதைச் செய்யவில்லை. ஆனால் அதைச் செய்தேன். ப்ளோரா வேகத்தைக் குறைக்காமல் என்னைத் தாண்டி ஓடினாள். லாய்டு மேலும் கீழும் குதித்தபடி, "கேட்டை மூடு! கேட்டை மூடு!" என்று கத்தினான். அப்பாவும் ஹென்றியும் நான் செய்ததைப் பார்க்கவில்லை. சற்றே தாமதமாக வந்தார்கள். ப்ளோரா நகரத்துக்குச் செல்லும் பாதையில் ஓடிக் கொண்டிருப்பதைப் பார்த்தார்கள். நான் அங்கே தக்க சமயத்தில் போய்ச் சேரவில்லை என்று நினைத்திருப்பார்கள்.

அதைப்பற்றி விசாரணை செய்வதில் அவர்கள் நேரத்தை வீணாக்கவில்லை. கொட்டகைக்குச் சென்று துப்பாக்கியையும் கத்திகளையும் எடுத்து டிரக்கில் போட்டுக்கொண்டபின், அதை வயலிலிருந்து பாதைக்குத் திருப்பிக் கொண்டுவந்தார்கள். லாய்டு, "நானும் வருகிறேன்; நானும் வருகிறேன்" என்று கூச்சலிட்டான். ஹென்றி டிரக்கை நிறுத்தி, அவனை ஏற்றிக்கொண்டு, கிளம்பினார். அவர்கள் போன பிறகு நான் கேட்டை மூடினேன்.

லாய்டு சொல்லிவிடுவான் என்று நினைத்தேன். எனக்கு என்ன நடக்கப்போகிறது என்று யோசித்தேன். எப்போதுமே நான் தந்தையின் பேச்சை மீறியதில்லை. நான் ஏன் அப்படிச் செய்தேன் என்று புரியவில்லை. ப்ளோரா தப்பிச் செல்ல முடியாது, டிரக்கில் விரட்டிச் சென்று அவளைப் பிடித்துவிடுவார்கள். அவர்களால் பிடிக்க முடியாவிட்டாலும், இன்று மாலையோ அல்லது நாளையோ யாராவது ப்ளோராவைப் பார்த்தால் அப்பாவிற்கு டெலிபோன் மூலம் சொல்லுவார்கள். அருகே அடர்ந்த காடு எதுவும் இல்லை.

நரிகளுக்கு உணவு தேவை. எங்கள் வாழ்க்கைச் செலவிற்கு நரிகள் தேவை. ஏற்கனவே கடினமாக உழைக்கும் என் தந்தைக்கு மேலும் அதிகமான வேலையைக் கொடுத்ததுதான் நான் செய்த செயல். அப்பா இதைக் கண்டுபிடிக்கும்போது என் மீதுள்ள நம்பிக்கையை இழந்துவிடுவார். இனிமேல் என்மீது நம்பிக்கை

வைக்கமாட்டார். நான் முழுவதும் அவர் பக்கமாக நிற்கவில்லை எனத் தெரிந்துகொள்வார். நான் ப்ளோராவிற்கு ஆதரவு தந்தேன். அதனால் யாருக்கும் பயனற்றவளானேன். ஆனால் அதற்காக நான் வருத்தப்படவில்லை. அவள் என்னை நோக்கி வந்தபோது, நான் கேட்டைத் திறந்து பிடித்துக்கொண்டேன். அது ஒன்றைத்தான் என்னால் செய்ய முடிந்தது.

நான் வீடு திரும்பினேன். “அங்கே என்ன ஒரே கலவரமாக இருந்தது?” அம்மா கேட்க, “ப்ளோரா வேலியைத் தாண்டி ஓடிவிட்டாள்” என்றேன்.

“பாவம் உன் அப்பா! கிராமம் முழுவதும் அதைத் துரத்திக் கொண்டு போக வேண்டும். எப்படியும் இரவு ஒரு மணிக்கு முன்னால் இரவு உணவு சாப்பிட முடியாது.” அம்மாவிடம் சொல்ல நினைத்தேன். ஆனால் சொல்லாமல் இருப்பதே நல்லது என்று மாடிக்குச் சென்று, என் படுக்கையில் உட்கார்ந்தேன்.

கடந்த சில நாட்களாக அறையின் எனது பகுதியை அலங்கரிக்க முயற்சி செய்து வருகிறேன். படுக்கைக்கு லேஸ் வைத்த திரைகளைப் போடுவது, என்னுடைய டிரஸ்லிங் டேபிளை அலங்கரிப்பது, என்று செய்து வருகிறேன். என் படுக்கைக்கும் லாய்டின் படுக்கைக்கும் நடுவே ஒரு தடுப்பை அமைத்து என் பகுதியைத் தனியாகப் பிரிக்கத் திட்டமிட்டேன். நல்ல சூரிய வெளிச்சத்தில் அந்தத் திரைகள் தூசி படிந்த கந்தைத் துணிகளைப்போல இருந்தன. இப்போது நாங்கள் இரவில் பாடுவதில்லை. ஓர் இரவு நான் பாடிக்கொண்டிருந்தபோது லாய்டு, “உன் பாட்டு முட்டாள்தனமாக இருக்கிறது” என்றான். நான் பாட்டை நிறுத்தவில்லை. ஆனால் அடுத்த இரவு முதல் நான் பாடவே இல்லை. பாடுவதற்கு எந்த அவசியமும் இல்லை. ஏனெனில் இப்போது இரவு எங்களை பயமுறுத்துவதில்லை. அறையின் மறுபுறம் இருப்பவை பழைய சாமான்கள் என்று எங்களுக்கு நன்றாகத் தெரியும். லாய்டு தூங்கியபின் நான் என் கதைகளைத் தொடர்ந்தேன்.

ஆனால் கதைகளில் முற்றிலும் மாறான, மர்மமான மாற்றங்கள் ஏற்பட்டன. கதை பழையபடிதான் ஆரம்பமாகும். பிறகு பயங்கரமான விபத்து அல்லது தீப்பற்றி எரியும் கட்டடங்கள் அல்லது மக்களைத் துன்புறுத்தும் பயங்கரமான விலங்குகள் எனத் தொடரும். நான் அதிலிருந்து அவர்களை மீட்டு பாதுகாப்பேன்.

அதன்பிறகு கதையே மாறிவிடும். யாரோ ஒருவர் என்னைக் காப்பாற்ற வருவார்.

அந்த நபர், பள்ளியில் என் வகுப்பில் இருக்கும் ஒரு பையனாகவோ அல்லது மாணவிகளுக்கு 'கிச்சுக்கிச்சு' மூட்டும் எங்கள் ஆசிரியர் கேம்ப்பெல் ஆகவோ இருப்பார். இந்தக் கட்டத்தில் கதை என் தோற்றத்தைப் பற்றி விவரிக்கும். என்முடி எவ்வளவு நீளமானதாக இருந்தது. நான் எந்த வகை ஆடையை உடுத்தியிருந்தேன். இதை விவரிப்பதற்குள் கதையில் உண்மையான உற்சாகம் மறைந்துவிடும்.

டிரக் இரவு ஒரு மணிக்குமேல் திரும்பியது. பின்பகுதி தார்ப்பாயால் மூடப்பட்டிருந்தது. அப்படியானால் உள்ளே மாமிசம் இருக்கிறது. அம்மா இரவு உணவை மீண்டும் சுட வைத்தாள். ஹென்றியும் அப்பாவும் ரத்தம் படிந்த ஆடைகளைக் களைந்துவிட்டு, சாதாரண ஆடைகளை அணிந்து, கை, கால்கள், முகம், கழுத்து எல்லாவற்றையும் கழுவிக்கொண்டு, தலையில் நீரைத் தெளித்து, பின் சீவிக்கொண்டனர். லாய்டு தன் கையைத் தூக்கி ஒரு ரத்தக்கறையைக் காட்டி, "நாங்கள் வயதான ப்ளோராவை சுட்டுக் கொன்று ஐம்பது துண்டுகளாக வெட்டினோம்" என்றான்.

"நான் அதைப் பற்றிக் கேட்க விரும்பவில்லை. நீ அப்படியே என் மேசைக்கு வராதே" என்றார் அம்மா.

அப்பா, அவனை ரத்தக்கறைகளைக் கழுவிவரச் சொன்னார்.

அனைவரும் இரவு உணவிற்கு அமர்ந்தோம். அப்பா இறைக்கருணைக்கு நன்றி கூறினார். ஹென்றி தன் 'சூயிங் கம்' மை எப்போதும் போல தன் முள்கரண்டியில் ஒட்டி, பின் வெளியே எடுத்தபோது உருவான கோல வடிவத்தை நாங்களும் எப்போதும் போல ரசித்தோம். வேகவைத்த காய்கறிகளைப் பகிர்ந்து உண்டோம்.

லாய்டு மேஜையின் மறுபுறத்திலிருந்து என்னைப் பார்த்து, தெளிவாக, பெருமையோடு, "எப்படியானாலும் ப்ளோராவைத் தப்பவிட்டது. இவளுடைய தவறுதான்" என்றான்.

அப்பா, "என்ன" என்றார்.

"அவள் கேட்டை மூடி இருக்கலாம். ஆனால், அதைச் செய்யவில்லை. அவள் கேட்டைத் திறந்து வைத்தாள். ப்ளோரா வெளியே ஓடிவிட்டது."

“அவன் சொல்வது உண்மையா?”

மேஜையைச் சுற்றிலும் இருந்த எல்லோரும் என்னையே பார்த்தார்கள். உணவை கஷ்டப்பட்டு விழுங்கிக்கொண்டே தலையை அசைத்தேன். எனக்குள் அவமான உணர்வு. கண்களில் கண்ணீர் பெருகியது.

அப்பா வெறுப்புடன், “எதற்காக அப்படிச் செய்தாய்” என்று கேட்டார்.

நான் பதில் சொல்லவில்லை. என்னுடைய முள்கரண்டியைக் கீழே வைத்துவிட்டு, தலையை மேலே தூக்கிப் பார்க்காமலேயே வெளியே அனுப்பப்படும் தண்டனையை ஏற்றுக்கொள்ளத் தயாரானேன்.

ஆனால் அப்படி எதுவும் நடக்கவில்லை. சிறிது நேரம் யாரும் எதுவும் பேசவில்லை. பிறகு லாய்டு, “அவள் அழுதுகொண்டிருக்கிறாள்” என்றான்.

“பரவாயில்லை” என்றார் அப்பா. குறைகூறாது என் தவறைப் பொறுத்துக்கொண்டு “அவள் ஒரு பெண் இல்லையா, அதான்” என்றார்.

அவர் சொன்னதற்கு நான் மனதால்கூட எதிர்வினை செய்யவில்லை. ஒருவேளை அதுதான் உண்மையோ?

ஸ்வீட்னெஸ்

டோனி மோரிசன் (பெப் 2, 2015)

அது எனது குற்றம் அல்ல. எனவே நீங்கள் என்னைக் குற்றம் சொல்லக் முடியாது. நான் அதைச் செய்யவில்லை. அது எப்படி நடந்தது என்று எனக்குத் தெரியாது. அவர்கள் என் கால்களுக்கு இடையே இருந்து, அவளை வெளியே இழுத்தபின், ஒரு மணி நேரத்திலேயே ஏதோ தவறு நடந்துவிட்டது என்பதை உணர்ந்தேன். உண்மையிலேயே பெரிய தவறு. அவள் என்னை பயமுறுத்தும் அளவிற்குக் கறுப்பாக இருந்தாள். காரிருள் கறுப்பு. சூடானியக் கறுப்பு. நான் பழுப்பு நிறமும், நல்ல தலைமுடியும் கொண்டவள். லுலா ஆனின் தந்தையும் அப்படிப்பட்டவர்தான். என் குடும்பத்தில் யாருமே அந்த நிறத்தில் இல்லை. தார்தான் எனக்கு நினைவிற்கு வருகிறது. ஆனால் அவள் தலைமுடி அவளது சரும நிறத்துடன் ஒத்துப்போகவில்லை. நேரான ஆனால் சுருண்ட முடி; ஆஸ்திரேலிய நிர்வாணப் பழங்குடி மக்களின் முடியைப் போல் இருந்தது. ஒருவேளை அவள் மூதாதையரின் உருவத்தை வெளிப்படுத்துகிறாள் என நினைக்கலாம். ஆனால் எந்த மூதாதையர்?.

நீங்கள் என் பாட்டியைப் பார்த்திருக்க வேண்டும். அவளை வெள்ளைக்காரி என்றே நினைத்தார்கள். ஒரு வெள்ளையரை மணந்தாள். அதன்பின் தன் குழந்தைகளிடம் அதைப்பற்றி ஒரு

வார்த்தைகூடப் பேசவில்லை. என் தாயோ, அல்லது அவளுடைய மற்ற பிள்ளைகளோ அவளுக்கு எழுதும் ஒரு கடிதத்தைக்கூட பிரித்துப் பார்க்காமல் அப்படியே அவர்களுக்குத் திருப்பி அனுப்பிவிடுவாள். அவர்களும் முடிவில் எந்தச் செய்தியையும் அனுப்பாத அவளை அப்படியே விட்டுவிட்டார்கள். கிட்டத்தட்ட எல்லா முல்லாட்டோக்களும் (ஆப்பிரிக்கர்களுக்கும் வெள்ளைக்காரர்களுக்கும் பிறந்த அரைப் பங்கு கலப்பின மக்கள்) க்வாட்ருன்களும் [முல்லாட்டோவிற்கும் வெள்ளையருக்கும் பிறந்த கால் பங்கு ஆப்பிரிக்கர்கள்] அந்த நாட்களில் அப்படித்தான் இருந்தார்கள். ஆனால் அவர்களின் தலைமுடி மட்டும் சரியாக இருக்கவேண்டும். அதுதான் முக்கியம். எத்தனை வெள்ளையரின் ரத்த நாளங்களில் நீக்ரோ ரத்தம் ஒளிந்திருக்கிறது என்று உங்களால் கற்பனை செய்ய முடியுமா? யூகியுங்கள். இருபது சதவீதம் என்று கேள்விப்பட்டேன்.

என் தாய் லுலா மாயியும் அந்த அங்கீகாரத்தைப் பெற்றிருக்கலாம். ஆனால் அவள் அதை விரும்பவில்லை. அந்த முடிவை எடுத்ததற்காக தான் கொடுத்த விலையை ஒருமுறை என்னிடம் கூறினாள். அவளும் என் தந்தையும் தங்கள் திருமணத்தைப் பதிவு செய்ய கோர்ட்டிற்குச் சென்றபோது, அங்கே இரண்டு பைபிள்கள் இருந்தனவாம். அதில் நீக்ரோக்களுக்கான பைபிள் மீது கை வைத்துத்தான் அவர்கள் திருமணபந்தப் பிரமாணம் எடுத்தார்களாம். மற்றொரு பைபிள் வெள்ளைக் கைகளுக்கானது. பைபிள்! எப்படி இருக்கிறது கதை! என் தாய் ஒரு பணக்கார வெள்ளையரின் வீட்டில் வேலை செய்தாள். அவள் சமைத்த உணவைத்தான் அவர்கள் உண்டனர். குளியல் தொட்டியில் அமர்ந்து தங்கள் முதுகுகளைத் தேய்த்துவிடச் சொன்னார்கள். இன்னும் என்னென்ன அந்தரங்கச் செயல்களைச் செய்ய வைத்தார்களோ, கடவுளுக்குத்தான் தெரியும். ஆனால் அவர்களுடைய பைபிளை மட்டும் தொடக்கூடாது!

சருமத்தின் நிறத்தைக்கொண்டு, நம்மை நாமே குழுக்களாகப் பிரித்து இருப்பது தவறு என ஒருவேளை நீங்கள் கருதலாம். ஆனால் எங்கும், வெளுத்த தோல் சற்று உயர்வானதாகக் கருதப்படுகிறது. சமுதாயச் சங்கங்களில், அக்கம்பக்கங்களில், தேவாலயங்களில், மனித உரிமை, மற்றும் மனித நல இயக்கங்களில், ஏன் கருப்பின மக்களுக்கான பள்ளிகளில் கூட இதேபோக்கு காணப்படுகிறது. அப்படியானால்

நாம் எப்படி நமக்கான சிறிதளவு கௌரவத்தையாவது பெறுவது? மருந்துக்கடைகளில் நம் மீது அவர்கள் துப்புவதையும், பஸ் நிலையங்களில் நம்மை இடித்து வெளியே தள்ளுவதையும், வெள்ளையர்களை நடைபாதையில் நடக்கவிட்டுவிட்டு, நாம் சாக்கடைகளில் நடந்து செல்வதையும், மளிகைக் கடைகளில் வெள்ளையருக்கு இலவசமாகத் தரப்படும் அதே காகிதப் பைகளுக்கு, நாம் மட்டும் தனியாகப் பணம் தரவேண்டியதையும் நாம் எப்படித்தான் தவிர்ப்பது? நம்மை பல்வேறு இழிவான பெயர்களால் அழைப்பதைக்கூட ஒதுக்கிவிடலாம். இதைப்பற்றி மிக மிக அதிகமாகக் கேள்விப்பட்டிருக்கிறேன். ஆனால், என் தாய், கடைகளில் தொப்பிகளை எடுத்து அணிந்து பார்ப்பதிலிருந்தும், டிபார்ட்மெண்டல் ஸ்டோர்களில் பெண்கள் அறையைப் பயன்படுத்துவதிலிருந்தும் அவளுடைய சருமத்தால்தான் தடுக்கப்படவில்லை. என் வெளுத்த தந்தையும் செருப்புக் கடைகளில் முன்புறத்தில் அமர்ந்து செருப்புகளை அணிந்து பார்த்து வாங்க முடிந்தது. [நீக்ரோ இனத்தவர் கடைகளின் பின்புறமுள்ள அறைகளில்தான் செருப்புகளை அணிந்து பார்க்க வேண்டும்] இவர்கள் இருவரும் தாகத்தால் உயிரே போவதுபோல் இருந்தாலும், 'கருப்பர்களுக்கும் மட்டும்' என்று ஒதுக்கப்பட்ட குழாய்களில் நீர் குடிக்க மாட்டார்கள். எனக்கு இதைச் சொல்ல வெறுப்பாகத்தான் இருக்கிறது. பிரசவ அறையிலிருந்தே, குழந்தை லுலா ஆன் எனக்கு சங்கடத்தைத் தந்தாள். பிறக்கும் போது அவள் சருமம், ஆப்பிரிக்கக் குழந்தைகள் உட்பட எல்லாக் குழந்தைகளையும்போல வெளுத்தே இருந்தது. ஆனால் வெகு விரைவில் அது மாற்றம் அடைந்தது. என் கண்களுக்கு முன்னாலேயே அவள் நீலக்கருப்பாக மாறிய போது எனக்குப் பைத்தியம் பிடித்துவிடும் என்றே நினைத்தேன். ஆம் அப்படித்தான் நடந்தது. ஒரு நிமிடம் இல்லை... இல்லை... சில நொடிகள்... அவள் முகத்தின் மீது போர்வையை வைத்து அழுத்தினேன். அவள் அப்படிப்பட்ட கொடுமையான நிறத்துடன் பிறந்திருக்கக்கூடாது என்று நான் விரும்பி இருந்தபோதும், என்னால் அந்தக் காரியத்தைச் செய்ய முடியவில்லை. அவளை எங்காவது ஓர் ஆதரவற்றோர் இல்லத்திற்குக் கொடுத்துவிடலாம் என்றுகூட நினைத்தேன். ஆனால் தேவாலய வாயில்களில் தாங்கள் பெற்ற குழந்தைகளை விட்டுச் செல்லும் தாய்மார்களில் ஒருத்தியாக இருக்க மிகவும் அச்சப்பட்டேன். சமீபத்தில் ஜெர்மனியில் ஒரு வெள்ளைத் தம்பதிக்கு கறுப்பு நிறக் குழந்தை பிறந்திருப்பதாகவும்,

யாராலும் அதற்கான காரணத்தை விளக்க முடியவில்லை என்றும் கேள்விப்பட்டேன். அதுவும் இரட்டைக் குழந்தைகள். ஒன்று கறுப்பு, மற்றொன்று வெள்ளை. ஆனால் அது உண்மையா என்று எனக்குத் தெரியாது. அவளுக்குப் பாலூட்டுவது எனக்கு ஏதோ ஒரு நீக்ரோ குழந்தை என்னிடம் பால் உறிஞ்சுவதுபோல் இருந்தது. வீட்டுக்குச் சென்றவுடன் நான பாட்டில் மூலம் பாலூட்டத் தொடங்கினேன்.

என் கணவன் லூயி, ஒரு பாரம் தூக்கும் தொழிலாளி. வீட்டிற்கு வந்து என்னை ஒரு பைத்தியக்காரி போலவும், குழந்தையை வேற்று கிரகத்திலிருத்து வந்தது போலவும் பார்த்தான். அவன் கெட்டவார்த்தை பேசுபவன் அல்ல. எனவே அவன், “ஐயோ! என்ன இழவு இது” என்றபோது நாங்கள் ஒரு சிக்கலில் இருப்பது தெரிந்தது. எங்களுக்குள் அடிக்கடி சண்டைகள் வந்தன. எங்கள் திருமண பந்தம் சுக்குநூறாக உடைந்தது. மூன்று வருடங்கள் இன்பமாக ஓடிய எங்கள் வாழ்க்கை அவள் பிறந்ததும் மாறியது. என்னை அடிக்கடி திட்டினான். லூலா ஆனை வேற்றாள் போல், ஒரு விரோதியைப்போல் பார்த்தான். ஒருமுறைகூட அவன் அவளைத் தூக்கிக்கொண்டதில்லை.

நான் வேறு எந்த மனிதனோடும் ஒருபோதும் உறவு கொண்டதில்லை என்று அவனை நம்பவைக்க என்னால் முடியவில்லை. அவனோ நான் பொய் பேசுவதாக நம்பினான். எங்களிடையே வாக்குவாதம் தொடர்ந்தது. கடைசியில் ஒருநாள் அந்தக் கறுப்பு நிறம் அவனுடைய பரம்பரையிலிருந்துதான் வந்திருக்க வேண்டும் என்றும், என்னுடைய குடும்பத்திலிருந்து வந்ததல்ல என்றும் சொன்னேன். அப்போதுதான் சண்டை மிகவும் மோசமான நிலைக்குச் சென்றது. எவ்வாறு என்றால் அவன் எழுந்து சட்டென வெளியேறினான். நான் வசிப்பதற்கு இன்னும் மலிவான வாடகை வீட்டைத் தேட வேண்டியதாயிற்று. என்னால் முடிந்தவரை முயன்றேன். வேலை கேட்டுச் செல்லும்போது அவளை அழைத்துச் செல்லக்கூடாது என்று எனக்குத் தெரியும். எனவே அவளை பதின்ம வயதுடைய என் உறவுக்காரப் பெண்ணிடம் விட்டுச்சென்றேன். குழந்தையை நான் வெளியே அழைத்துச் செல்வதே இல்லை. தள்ளுவண்டியில் அவளைத் தள்ளிக்கொண்டு வெளியே போனால், மக்கள் குனிந்து குழந்தையைக் கொஞ்ச எட்டிப் பார்த்து அதிர்ச்சியடையும்போது

வேதனையாக இருக்கும். ஒருவேளை நாங்கள் இருவரும் நிறம் மாறி இருந்திருந்தால் நானே அவளுக்குத் தாதியாக இருந்திருப்பேன். கருப்பின மக்களுக்கு மஞ்சள்நிறத் தோல் இருந்தாலும், நகரின் நல்ல பகுதியில் வாடகைக்கு வீடு கிடைப்பது மிகவும் சிரமமானது. தொண்ணூறுகளில், லுலா ஆன் பிறந்தபோது, வாடகைவீடு தேடி வருபவர்களை நிற வேறுபாடு பார்ப்பது சட்டப்படி குற்றம் என்று சட்டங்கள் இருந்தன. ஆனால் வீட்டு உரிமையாளர்கள் அந்தச் சட்டங்களை மதிக்கவில்லை. பல்வேறு காரணங்களைக் கண்டுபிடித்து அவர்களுக்கு வீடு தர மறுத்தனர். நல்வாய்ப்பாக மிஸ்டர்.லே எனக்கு வீடு கொடுத்தார். ஆனால், வாடகையை ஏழு டாலர்கள் உயர்த்திவிட்டார். வாடகையைக் கொடுக்க ஒரு நிமிடம் தாமதமானாலும் கோபத்துடன் கத்துவார்.

நான் அவளிடம் என்னை 'அம்மா' என்றோ 'மம்மா' என்றோ அழைக்காமல், 'ஸ்வீட்னெஸ்' என்று அழைக்கச் சொன்னேன். அதுதான் எங்களுக்குப் பாதுகாப்பானது. மிகமிகக் கறுப்பாகவும், தடித்த உதடுகளும் கொண்ட அவள் என்னை 'அம்மா' என்று அழைத்தால் மக்கள் குழப்பமடைவார்கள். மட்டுமல்லாமல் அவளுடைய கண்கள் காக்கைக் கறுப்புடன் நீலநிறம் கலந்தாற் போல மிகவும் கேலிக்குரியதாகவும், ஏதோ சூனியக்காரியின் கண்களைப் போலவும் தோன்றின.

எனவே நீண்டகாலம் நாங்கள் இருவர் மட்டுமே தனிமையில் வாழ்ந்தோம். கணவனால் கைவிடப்பட்ட ஒரு மனைவியின் வாழ்க்கை எவ்வளவு கடினமானது என நான் உங்களுக்குச் சொல்ல வேண்டியதில்லை. எங்களை தவிக்கவிட்டுவிட்டுப் போன லூயி அதன்பிறகு, அச்செயலுக்காக வருத்தப்பட்டிருப்பான் போலத் தெரிகிறது. நான் அவனிடம் வாழ்க்கைச் செலவிற்கு உதவுமாறு கேட்காவிட்டாலும், கோர்ட்டில் அவன் மீது வழக்குத் தொடுக்கவில்லை என்றாலும் அவன் நான் இருக்குமிடத்தைத் தேடிக் கண்டுபிடித்து மாதந்தோறும் பணம் அனுப்பிக் கொண்டிருந்தான்.

அவன் அனுப்பிய மணிஆர்டரும், ஒரு சிறிய மருத்துவமனையில் எனக்குக் கிடைத்த ஒரு வேலையும், எங்கள் இருவரின் வாழ்க்கை ஓட்டத்திற்கு உதவியது. அதனால் என்னைப் போன்றவர்களுக்குத் தரப்படும் நலநிதியைப் பெறுவதில் இருந்து தப்பினேன். அதை

நலநிதி என்று அழைப்பதை நிறுத்த வேண்டும் என விரும்புகிறேன். அதற்குப் பதிலாக என் தாயார் சிறு பெண்ணாக இருந்தபோது பயன்படுத்தப்பட்ட, 'நிவாரண நிதி' என்ற சொல்லைப் பயன்படுத்தலாம். அதுவே நன்றாக இருக்கிறது. நீங்கள் உங்களை நிலைநிறுத்திக்கொள்ளும்வரை உதவும். அந்த நலநிதி வழங்கும் அலுவலக கிளார்க்குகள் மிகவும் அற்பமானவர்கள் எனக்கு வேலை கிடைத்து, அவர்களது உதவி தேவையற்றுப் போனபோது, நான் அவர்கள் கொடுத்ததை விட அதிகமாக சம்பாதித்தேன். அவர்கள் கொடுத்த அந்தக் குறைவான மதிப்புடைய காசோலைகளில் கஞ்சத்தனம் நிரம்பி வழிந்தது. அதனால்தான் எங்களை அவர்கள் பிச்சைக்காரர்களைப் போல நடத்தினார்கள். முதலில் லுலா ஆனைப் பார்த்துவிட்டு என்னைப் பார்ப்பார்கள்.

அந்தப் பார்வை நான் ஏதோ ஏமாற்றுக்காரி என்பதுபோல இருக்கும். இப்போது எவ்வளவோ மாற்றங்கள் வந்துவிட்டன. ஆனாலும் நான் மிகுந்த கவனத்துடன் இருக்க வேண்டும். அவளை வளர்ப்பதில் மிகுந்த கவனம் தேவை. நான் அவளிடம் மிகவும் கண்டிப்புடன் இருந்தேன். லுலா ஆன் இச்சமுதாயத்தில் எப்படி நடந்துகொள்ள வேண்டும்; எப்படி எதையும் கண்டுகொள்ளாமல் இருப்பது: எப்படி பிரச்சனைகளைத் தவிர்ப்பது என்பதை எல்லாம் பழக வேண்டும். அவளை எப்படிப் பெயர் சொல்லி அழைத்தாலும் நான் கவலைப்படப் போவதில்லை. அவளது நிறம், எப்போதும் அவள் சுமந்து செல்ல வேண்டிய சிலுவை ஆயிற்று. ஆனால், அது என் குற்றமல்ல, என் குற்றமல்ல.

சில சமயம், அவள் சிறு பெண்ணாக இருந்தபோது நான் அவளை நடத்திய விதம் குறித்து வருத்தமாக இருக்கும். ஆனால் நீங்கள் இதைப் புரிந்துகொள்ள வேண்டும். நான் அவளைப் பாதுகாக்க வேண்டியிருந்தது. அவளுக்கு உலகம் தெரியாது அந்த நிறத்தோடு பலசாலியாகவோ அல்லது புத்திசாலியாகவோ இருந்தாலும் பயனில்லை. எதிர்த்துப் பேசினாலோ பள்ளியில் பிற பிள்ளைகளோடு சண்டைபோட்டாலோ இளஞ்சிறார்கள் சிறைக்கு அனுப்பப்படும் அந்த உலகில், வேலை கிடைப்பதில் கடைசி நபராகவும், வேலையில் இருந்து நீக்கப்படுவதில் முதல் நபராகவும் இருக்கும் அந்த உலகில், வாழ்க்கை மிகவும் கடினமானது. அவளது கறுப்பு நிறம், வெள்ளையர்களை பயமுறுத்தும் என்றோ, அவர்களுக்குச் சிரிப்பூட்டும் என்றோ, அவர்கள் அவளை ஏமாற்றத்

தூண்டும் என்றோ அவளுக்குத் தெரியாது.

ஒருமுறை நான் ஒரு கறுப்பினப் பெண்ணைப் பார்த்தேன். அவள் லுலாவைப் போல கறுப்பில்லை. சுமார் பத்து வயதிருக்கலாம். வெள்ளைக்காரப் பையன்கள் கூட்டத்திலிருந்த ஒருவன் அவளைக் கீழே தள்ளிவிட்டதைப் பார்த்தேன். அவள் தடுமாறி, கீழே விழுந்து, கஷ்டப்பட்டு மேலே எழ முயற்சித்தபோது, வேறொரு பையன் அவளது பின்புறத்தில் காலால் உதைக்க, அவள் மீண்டும் விழுந்தாள். பிறகு அவர்கள் அவளைப் பார்த்து வயிறு வலிக்கும் அளவிற்குச் சிரித்தார்கள். அவள் எழுந்துபோன பிறகும், தங்களைப் பற்றிப் பெருமைப்பட்டு, சிரித்துக்கொண்டிருந்தார்கள். நான் மட்டும் இதை பஸ்ஸின் உள்ளே இருந்து பார்க்காமல், அருகே இருந்திருந்தால், அப்பெண்ணுக்கு உதவி செய்திருப்பேன். அந்த வெள்ளைக்காரக் குப்பைகளிடமிருந்து காப்பாற்றியிருப்பேன். பாருங்கள். நான் மட்டும் லுலாவுக்கு சரியான முறையில் பயிற்சி தராமல் இருந்திருந்தால், அவளுக்கு தெருக்களைத் தாண்டிச் செல்வதும், வெள்ளைக்காரப் பையன்களைத் தவிர்த்துச் செல்வதும் தெரிந்திருக்காது. அவளுக்கு நான் கற்றுத் தந்த பாடங்கள் நல்ல பலனைத் தந்து, அவள் என்னை மிகவும் பெருமையடையச் செய்தாள்.

நான் ஒரு மோசமான தாய் அல்ல என்று உங்களுக்குத் தெரிய வேண்டும். அவள் மனம் காயப்படும்படி சில காரியங்களை நான் செய்தது என் குழந்தையின் பாதுகாப்பிற்காகவே. நான் அவ்வாறு செய்தாக வேண்டிய கட்டாயத்தில் இருந்தேன். எல்லாம் இந்த நிறப் பாகுபாட்டினால்தான். முதலில் அந்தக் கறுப்பு நிறத்தைத் தாண்டிப்பார்த்து, அவள் யார் என்று அறிந்து, அவளிடம் அன்பு செலுத்த முடியவில்லை. ஆனால் அவளை நேசிக்கிறேன்.

ஆம், அவளிடம் அன்பு செலுத்துகிறேன். அவள் இப்போது என்னைப் புரிந்துகொண்டிருக்கிறாள். அப்படித்தான் நான் நினைக்கிறேன்.

கடந்த இருமுறைகள் அவளைப் பார்த்தபோது அவள் அசத்தும் அழகியாக இருந்தாள். தன்னம்பிக்கையும் தைரியமும் அவளிடம் காணப்பட்டன. ஒவ்வொரு முறை என்னைப் பார்க்க அவள் வரும்பொழுதும் அவள் உண்மையிலேயே எவ்வளவு கறுப்பாக இருக்கிறாள் என்பதை மறந்துவிடுகிறேன். அவள் அழகான

வெண்ணிற ஆடையைத் தன் கறுப்புநிறத்திற்குச் சாதகமானதாக்கிக் கொள்கிறாள்.

எப்போதும் எனக்குத் தெரிந்திருக்க வேண்டிய உண்மைகளைக் கற்றுக்கொடுத்துவிட்டாள் நீங்கள் குழந்தைகளுக்கு என்ன செய்கிறீர்கள் என்பது முக்கியமானது. அது பின்விளைவுகளை உண்டாக்கும். அதை அவர்கள் மறப்பதே இல்லை. அவளால் தன் வாழ்க்கையை ஆரம்பிக்க முடிந்த உடனேயே, என்னை அபார்ட்மெண்டில் தனியே விட்டுவிட்டுச் சென்றுவிட்டாள். என்னை விட்டு எவ்வளவு தொலைவு செல்ல முடியுமோ அவ்வளவு தொலைவு சென்றுவிட்டாள். தன்னை வேலைக்குச் செல்லத் தயார்ப்படுத்திக்கொண்டு, கலிபோர்னியாவில் வேலையில் இருக்கிறாள். இப்போது அவள் என்னிடம் தொலைபேசியில் பேசுவதோ, நேரில் பார்க்க வருவதோ இல்லை. எனக்கு அவ்வப்போது தேவையான பணமும் பொருட்களும் அனுப்பி வைக்கிறாள். அவளைப் பார்த்து எவ்வளவு காலமாயிற்று என்று எனக்குத் தெரியாது.

இந்த இடம், வின்ஸ்டன் ஹவுஸ், நகரின் வெளியே உள்ள, பெரிய, அதிக செலவாகும் மற்ற தனியார் மருத்துவமனைகளை விட எனக்குப் பிடித்திருக்கிறது. இது ஒரு சிறிய வீட்டைப்போன்ற, செலவு குறைந்த மருத்துவமனை. இருபத்து நான்கு மணி நேர நர்ஸ்களின் சேவை உண்டு. வாரத்திற்கு இரு முறை மருத்துவர் வருகிறார். எனக்கு அறுபத்து மூன்று வயதுதான் ஆகிறது. வேலை செய்வதற்காக இங்கே வரவில்லை. எனக்கு எலும்பு சம்பந்தமான நோய் வந்திருக்கிறது. எனவே நல்ல வைத்தியத்திற்காக வந்தேன். பலவீனத்தையும் வலியையும் விட தனிமைதான் மோசமானது. ஆனால் இங்குள்ள நர்ஸ்கள் அருமையானவர்கள். நான் பாட்டி ஆகப் போகிறேன் என்று சொன்னவுடன் ஒரு நர்ஸ் என் கன்னத்தில் முத்தமிட்டாள். அவளுடைய புன்னகையும், பாராட்டுகளும் முடிசூடிக்கொள்ளப்போகும் இளவரசியைப் போல் மகிழ்வித்தன. லூலாவிடமிருந்து வந்த நீல நிறத் தாளில் இருந்த குறிப்பை அவளிடம் காட்டினேன். லூலா “மணமகள்” என்று எழுதியிருந்தாள் அதற்கு நான் முக்கியத்துவம் தரவில்லை. ஆனால் அவள் வார்த்தைகள் எனக்கு அவளது பரவசத்தை வெளிப்படுத்தின. “இந்தச் செய்தியைச் சொல்வதில் மிக மிக மகிழ்ச்சி அடைகிறேன். எனக்கு குழந்தை பிறக்கப்போகிறது.

எனக்கு மிக மிகச் சிலிர்ப்பும் புல்லரிப்பும் ஏற்படுகிறது. நீங்களும் அவ்வாறே உணருவீர்கள் என நம்புகிறேன்."

அந்த மகிழ்ச்சி குழந்தையைப் பற்றியது. அதன் தந்தையைப் பற்றியது அல்ல. ஒருவேளை அவளைப் போலவே மிகவும் கறுப்பாக இருப்பானோ? அப்படி இருந்தாலும் அவள், என்னைப் போல கவலைப்பட வேண்டி இருக்காது. நான் சிறு பெண்ணாக இருந்தபோது இருந்ததைவிட உலகம் இப்போது எவ்வளவோ மாறிவிட்டது. நீலக்கறுப்பர்கள் எங்கும் பரவியுள்ளார்கள். டெலிவிஷன், ஆடைஅலங்காரத்துறைகள், பத்திரிகைத்துறை, வியாபாரம், விளம்பரத்துறை, சினிமாவில் நடிப்பது, என எல்லா இடங்களிலும் அவர்கள் பணிபுரிகிறார்கள்.

அந்தக் கடிதத்தில் அனுப்பியவர் விலாசம் இல்லை. எனவே நான் அவளுக்கு இன்னும் மோசமான தாயாகவே இருக்கிறேன். நல்ல நோக்கத்துடன், உண்மையில் தேவையான முறையில் அவளை வளர்த்ததற்காக நான் சாகும்வரை தண்டிக்கப்பட்டுக்கொண்டே இருக்கிறேன். அவள் என்னை வெறுக்கிறாள் என்று எனக்குத் தெரியும். அவள் எனக்குப் பணம் அனுப்புவதோடு எனக்கும் அவளுக்கும் உள்ள உறவு நின்றுவிடுகிறது. அந்தப் பணத்திற்காக நான் நன்றி உள்ளவளாக இருப்பேன். ஏனெனில் மற்ற ஏழை நோயாளிகளைப் போல, எனது மற்ற தேவைகளுக்காகப் பிறரிடம் கையேந்த வேண்டியதில்லை. நான் தனியே விளையாட புதிய சீட்டுக்கட்டை வாங்க முடியும். பொது அறையில் உள்ள பழைய அழுக்கான கிழிந்த சீட்டுகளைப் பயன்படுத்த வேண்டியதில்லை. எனக்குத் தேவையான சிறப்பான முகப்பூச்சை வாங்கிக் கொள்ளலாம். அவளிடம் இருக்கும் சிறிதளவு மனசாட்சியின் உறுத்தலில் இருந்து தப்பிக்கவே, அமைதி அடையவே இந்தப் பணத்தை அனுப்புகிறாள். நான் இது தெரியாத முட்டாள் அல்ல.

நான் சொல்வது நன்றிகெட்டதனமாகவோ எரிச்சலூட்டுவதாகவோ உங்களுக்குப்பட்டால், அதற்குக் காரணம் எனது மனவருத்தமே. நான் செய்யாமல் விட்ட அல்லது தவறாகச் செய்த எல்லா சிறு சிறு செயல்களுமே வருத்தமளிக்கின்றன. முதன் முதலாக அவளுக்கு மாதவிலக்கு ஏற்பட்டபோது நான் எப்படி அதை எதிர்கொண்டேன் என்று நன்றாக நினைவிருக்கிறது. அவள் பொருட்களைக் கீழே போட்டாலோ அல்லது எதிலாவது

மோதிக் கொண்டாலோ எப்படிக் கத்தி இருக்கிறேன், என்று நினைவு வருகிறது. உண்மைதான். அவள் பிறந்தபோது எப்படி நிலைகுலைந்து போனேன்; அவளது கருமை நிறத்தால் எப்படி விலகிப் போக நினைத்தேன்- முதலில் என்ன நினைத்தேன்-... இல்லை...அந்த நினைவுகளை வேகமாக வெளித்தள்ள வேண்டும். பேசிப் பயனில்லை. அந்தச் சூழ்நிலையில் அவளுக்கு நான் செய்ய வேண்டிய மிகச் சிறந்ததையே செய்தேன். என் கணவன் என்னைக் கைவிட்டபோது, லுலா ஆன் எனக்கு ஒரு சுமையானாள். ஒரு பெரும் பாரம். ஆனால், நான் அதை நன்றாகவே சுமந்தேன்.

நான் அவளிடம் கடுமையாக நடந்துகொண்டது உண்மைதான். பன்னிரண்டு வயது முடிந்து பதின்மூன்று வயது ஆரம்பித்தவுடன் நான் இன்னும் கடுமையானவள் ஆனேன். அவள் என்னை எதிர்த்துப் பேசினாள். நான் சமைத்ததை சாப்பிட மறுத்தாள். தலைமுடியைப் பின்னி அனுப்பினால், பள்ளிக்குச் சென்ற பின் அதைக் கலைத்துவிட்டுக்கொண்டாள். அவள் மோசமான பெண்ணாக மாறுவதை நான் எப்படி அனுமதிப்பது? எப்படி எல்லாம் அவளை கேலி செய்வார்கள் என்பதை வெளிப்படையாக அவளிடம் சொன்னேன். எனது போதனை அவளிடம் செயல்பட்டிருக்கிறது. எப்படி அவள் வளர்ந்து முன்னேறி இருக்கிறாள் என்று பாருங்கள். நல்ல வேலை. நன்றாக சம்பாதிக்கிறாள். இதைவிட என்ன வேண்டும்?

இப்போது அவள் கர்ப்பமடைந்துள்ளாள். நல்லது லுலா ஆன்! தாய்மை என்பது வெறும் கொஞ்சல், டயாபர், சிறிய காலணிகள் மட்டும் இல்லை. பெரிய விஷயம். லுலா நீயும், பெயர் தெரியாத உனது ஆண் நண்பன் அல்லது கணவன் யாரானாலும் சரி. குழந்தை! ஆஹா, என் கண்ணே, லூலூலாயி!

நான் சொல்வதைக் கேள். நீ ஒரு தாயாகும்போதுதான் இந்த உலகம் எப்படிப்பட்டது, அதில் என்னென்ன நடக்கிறது, அது எப்படி எல்லாம் மாறுகிறது என்று தெரிந்துகொள்ளப்போகிறாய்.

நல்லதே நடக்கட்டும்! கடவுள் அக் குழந்தைக்கு அருள்புரிவாராக!

மலையைத் தாண்டிவந்த கரடி

ஆலிஸ் மன்றோ

ஃபியோனா தனது பெற்றோரின் வீட்டில் வாழ்ந்து வந்தாள். அவளும் கிராண்ட்டும் அதே நகரிலிருந்த பல்கலைக்கழகத்தில்தான் பயின்றனர். பெரிய சாளரங்களைக் கொண்ட அந்தப் பெரிய வீடு கிராண்ட்டிற்கு ஆடம்பரமாகவும், அதே சமயம் ஒழுங்கற்று இருப்பது போலவும் தோன்றியது. தரைவிரிப்புகள் சுருண்டும், மேசைகளின் மேற்பூச்சு, கோப்பைகளின் உரசலால் பொலிவிழந்தும் காணப்பட்டன. ஃபியோனாவின் தாய் ஐஸ்லாந்துக்காரர். அடர்ந்த வெண்மையான தலைமுடி கொண்ட அவள் மிகவும் திறமை வாய்ந்த, இடதுசாரி சிந்தனை கொண்ட அரசியல்வாதி. ஃபியோனாவின் தந்தை பிரபலமான இதயநோய் நிபுணர். மருத்துவமனையில் மிகவும் மதிக்கப்பட்டவர். ஆனால் வீட்டில் மகிழ்ச்சியோடு பணிவாக இருப்பார். மனைவியின் விசித்திரமான கண்டனப் பேச்சுக்களைத் தன்னை மறந்த நிலையில் புன்னகையோடு கேட்டுக்கொள்வார்.

ஃபியோனாவிற்கு ஒரு சிறிய கார் இருந்தது. அவள் எந்த ஒரு பெண்ணிய இயக்கத்திலும் உறுப்பினராக இல்லை. ஒருவேளை அவளது தாயின் அரசியல் செயல்பாடுகளே அதற்குக் காரணமாக இருக்கலாம். அவளைப் பொறுத்தவரை இந்த இயக்கங்களும்,

அரசியலும் ஒரு கேலிக் கூத்தாகவே தோன்றியது. சில சமயம் அவளைப் பதட்டமடையச் செய்யும் விருந்தாளி வீட்டுக்கு வரும்போது, புரட்சியும் எழுச்சியும் மிகுந்த பாடல்களை உரக்க ஒலிக்கச் செய்வாள். சுருட்டை முடியும், சற்றே சோக முகமும் கொண்ட ஒரு வெளிநாட்டு மாணவன், அவளைக் காதல் வயப்படுத்த முயன்றான். அவள் அவனை 'விசிகோத' என்றாள். (கிபி 3 மற்றும் 5 நூற்றாண்டுகளுக்கிடையே ரோமானியப் பேரரசைத் தாக்கிய கோத் இனம்) அதேபோல ஓரிரண்டு சிறந்த பயிற்சி மாணவர்களும் அவளை விரும்பினார்கள். அவள், அவர்கள் அனைவரையும், கிராண்ட்டையும் கேலி செய்வாள். கிராண்டின் சொந்த ஊர் சொலவடைகளைத் திரும்பத் திரும்பச் சொல்லி அவனை கேலி செய்வாள். போர்ட் ஸ்டேன்லி கடற்கரையில், பிரகாசமான ஒரு குளிர்மிக்க நாளில், அவள் தன் காதலை அவனிடம் கூறியபோது கூட அவள் கேலி செய்கிறாள் என்றே நினைத்தான். முகங்களில் மணல்துகள்கள் வாரி இறைக்கப்பட, அலைகள் அவர்களது பாதங்களில் சரளைக்கற்களை மணலோடு கொட்டிக் கொண்டிருந்தன.

'நாம் திருமணம் செய்து கொண்டால் நன்றாக இருக்கும் என்று நீ நினைக்கிறாயா?' ஃபியோனா உரக்கக் கத்தினாள்.

அதை அப்படியே ஏற்றுக்கொண்ட கிராண்ட் "ஆமாம்" என்றான். அவன் எப்போதும் அவளை விட்டு விலகாமல் இருக்கவே விரும்பினான். அவளிடம் வாழத் தேவையான உந்துவிசை இருந்தது.

வீட்டை விட்டுக் கிளம்பும்போது சமையலறைத் தரையில் ஒரு கறையைக் கண்டாள். அவளுடைய விலை குறைந்த, வீட்டில் பயன்படுத்தும் கறுப்புக் காலணிகளால்தான் அது ஏற்பட்டிருந்தது.

"அந்தக் காலணிகள் இந்த வேலையை விட்டுவிட்டன என்று நான் நினைத்தேன்" சற்று எரிச்சலுடனும் குழப்பத்தோடும் சொல்லிக் கொண்டே கறையைத் துடைத்தாள்.

இனிமேல் இவ்வாறு செய்யவேண்டி இருக்காது என்றும் அந்தக் காலணிகளைப் பயன்படுத்தப் போவதில்லை என்றும் கூறினாள்.

"இனி எல்லா நேரங்களிலும் நல்ல உடைகளையே உடுத்திக் கொண்டிருப்பேன். அல்லது ஓரளவிற்கு நன்கு உடுத்திக்

கொள்வேன். ஹோட்டலில் இருப்பதுபோல இருக்கும்." கறையைத் துடைத்த துணியை அலசி கழிவு நீர்த்தொட்டியின் அடிப்பகுதியில் காயப் போட்டாள். பிறகு வெள்ளைநிறத்தில் கழுத்துவரை மூடியிருக்கும் கம்பளிச் சட்டையின் மேல், பழுப்பு நிறத்தில் ரோமங்களுடைய கழுத்துப்பட்டியுள்ள பனிச்சறுக்கு மேலங்கியையும், பழுப்பு நிற முழுக்காற் சட்டையையும் அணிந்து கொண்டாள். அவள் நல்ல உயரமான, குறுகலான தோள்பட்டை கொண்ட எழுபது வயதுப் பெண். ஆனால் நிமிர்ந்த, ஓடிசலான அழகான தோற்றம் கொண்டவள். நீண்ட கால்கள், பாதங்கள், நளினமான மணிக்கட்டுகள், கணுக்கால்கள், சற்றே நகைப்பூட்டும் சிறிய காதுகள், எருக்கம்பஞ்சு போன்ற மென்மையான அவள் முடி, எப்போது மங்கிய பழுப்பு நிறத்திலிருந்தது வெண்மையாயிற்று என்று கிராண்ட் கவனிக்கவே இல்லை. அதை அவள் தன் தாயைப் போலவே தோள் வரை வளர்த்திருந்தாள்.

[அதுதான் கிராண்டின் தாய்க்குச் சற்று அச்சத்தைத் தந்தது. அந்த விதவைத் தாய் ஒரு சிறிய நகரத்தின் மருத்துவமனையில் வரவேற்பாளராக வேலை பார்த்து வந்தாள். அவளுக்கு ஃபியோனாவின் வீட்டு நிலைமை, அந்த வீட்டிலுள்ளவர்கள், அரசியல் ஆகிய அனைத்தையும் ஃபியோனாவின் தாயின் தலைமுடியே கூறிவிட்டது]

ஆனால், மற்றபடி ஃபியோனா தாயைப் போல இல்லை. அழகான கால்களும், நீலக்கண்களும் கொண்ட அவள், அழகாக வளைந்த தன் இதழ்களை சிவப்புப் பூச்சால் அழகுபடுத்தி இருந்தாள். பொதுவாக வீட்டை விட்டுக் கிளம்பும்போது கடைசியாக அவள் செய்யும் செயல் அது.

அன்று அவள் அவளைப் போலவே இருந்தாள். நேரடியான, ஆனால் தெளிவற்ற, இனிமையான, ஆனால் முரண்பாடுகளைக் கொண்ட பெண் அவள்.

ஒரு வருடத்திற்கு முன்பு வீடு முழுவதும் பல மஞ்சள் நிறக் குறிப்புச் சீட்டுகள் ஒட்டப்பட்டிருப்பதை கிராண்ட் கவனிக்கத் துவங்கினான். அது ஒன்றும் முற்றிலும் புதுமையான விஷயம் அல்ல. ஃபியோனா இப்படி அடிக்கடி குறிப்புச் சீட்டுகளில் எழுதிவைப்பாள். ரேடியோவில் குறிப்பிடப்பட்ட புத்தகத்தின் பெயர் அன்று தான் செய்து முடிக்க வேண்டிய செயல்களின் பட்டியல் போன்றவை.

தனது காலை நேரச் செயல் அட்டவணையையும் எழுதி வைப்பாள். ஆனால், அதன் துல்லியத்தன்மை கிராண்ட்டிற்கு மர்மமாகவும், திகைப்புண்டாக்குவதாகவும் இருந்தது. "7 மு.ப. யோகா, 7.30-7.45 பல்-முகம்-முடி, 7.45-8.15 நடைப்பயிற்சி, 8.15 கிராண்ட், காலை உணவு."

ஆனால் இப்போதைய புதிய குறிப்புகள் வித்தியாசமானதாக இருந்தன. சமையலறை இழுப்பறைகளில் ஒட்டப்பட்டிருந்தன: வெட்டுக்கருவிகள், பாத்திரம் துடைக்கும் துண்டுகள், கத்திகள்... ஆமாம்! இழுப்பறையைத் திறந்து பார்த்துத் தெரிந்துகொள்ள முடியாதா?

நிலைமை மேலும் மோசமானது. ஒருநாள் நகரத்திற்குச் சென்றவள், தொலைபேசியில் வீடு திரும்பும் வழியைக் கூறுமாறு கேட்டாள். மறுநாள் நடைப்பயிற்சிக்குச் சென்றவள், மிகவும் நீண்ட ஒரு வேலிப் பாதை வழியில் திரும்பி வந்தாள். வேலிகள் நம்மை எங்காவது அழைத்துச் செல்லும் என்று சொன்னாள்.

இதனைப் புரிந்துகொள்வது மிகவும் கடினமானது. அவள் வேலிகளைப் பற்றிச் சொன்னது தமாஷாக இருந்தாலும், தொலைபேசி எண்ணை எந்தச் சிரமமும் இல்லாமல் ஞாபகம் வைத்திருந்தாள்.

“இதைப்பற்றி அதிகம் கவலைப்படத் தேவையில்லை என்று நினைக்கிறேன். என் ஞாபகத்தை இழந்துவிடுவேன் என்று எதிர்பார்க்கிறேன்” என்றாள்.

தூக்கமாத்திரைகளை எடுத்துக்கொள்கிறாளா? என்று கிராண்ட் கேட்டான். "எடுத்துக்கொண்டிருந்தாலும் எனக்கு நினைவு இல்லை." பிறகு அப்படி குறும்புத்தனமாக பதில் சொன்னதற்கு வருத்தப்படுவதாகக் கூறினாள்.

"நான் நிச்சயமாக மாத்திரைகளை எடுத்துக்கொள்ளவில்லை. ஒருவேளை இனிமேல் எடுக்கவேண்டிவரலாம் அல்லது வைட்டமின்கள் தேவைப்படலாம்.”

ஆனால், வைட்டமின்களால் எந்தப் பலனும் இல்லை. நிலைப்படிகளில் நின்றுகொண்டு எங்கே போகவேண்டும் என்று யோசிப்பாள். காய்கறிகளை அடுப்பின்மீது வைத்துவிட்டு அடுப்பைப் பற்றவைக்க மறந்துவிடுவாள். அல்லது காபி

இயந்திரத்தை நீர் விடாமலேயே இயக்குவாள். இந்த வீட்டிற்கு எப்போது வந்தோம் என்று கிராண்ட்டைக் கேட்டாள்.

“போன வருடமா இல்லை அதற்கு முந்திய வருடமா?”

“பனிரெண்டு ஆண்டுகளுக்கு முன்.”

“ஓ அப்படியா!”

கிராண்ட் மருத்துவரிடம், “இவள் எப்போதும் கொஞ்சம் இப்படித்தான் இருப்பாள்” என்று சொன்னான். ஃபியோனாவின் ஆச்சரியமூட்டும் செயல்களும், மன்னிப்பு கேட்பதும் இப்போது தினசரி வாடிக்கையாக மாறிவிட்டது. அதற்காக அவள் ரகசியமாக சிறு மகிழ்ச்சி அடைவதும் இல்லை என்பதை மருத்துவருக்கு விளக்க முயன்று கிராண்ட் தோற்றுப் போனான். ஏதோ ஒரு எதிர்பாராத சாகசச் செயலைத் தான் செய்வது போலவும், அல்லது தான் ஆரம்பித்த அந்த விளையாட்டில் கிராண்ட்டும் பின்தொடர வேண்டும் என விரும்புவது போலவும் இருந்தன அவளுடைய செயல்கள்.

“ஆமாம். ஆரம்பத்தில் குறிப்பிட்ட சில செயல்களாக இருக்கும். நமக்கு அது தெரியாது. சிதைவின் தன்மையை, முறையை நாம் கண்டுபிடிக்கும்வரை எதையும் உறுதியாகச் சொல்ல முடியாது” என்றார் மருத்துவர்.

சில நாட்களுக்குப் பின் இதற்கு என்ன பெயர் என்பது பொருளற்றதாகிவிட்டது. இப்போதெல்லாம் ஃபியோனா சூப்பர் மார்க்கெட்டிற்குத் தனியாகச் செல்வதில்லை. ஒருநாள் கடையில் கிராண்ட் எதையோ தேடிக்கொண்டிருந்தபோது அவள் அங்கிருந்து சென்றுவிட்டாள். தெருவின் நட்ட நடுவில் நடந்து சென்று கொண்டிருந்தவளை ஒரு காவலர் அழைத்து வந்தார். அவர் அவள் பெயரைக் கேட்டபோது சரியான பதிலைச் சொன்னாள். பிறகு அவர் பிரதமரின் பெயரைக் கேட்க, “மகனே இதுகூடத் தெரியாமல் நீ இவ்வளவு பொறுப்புள்ள வேலையில் இருக்கக்கூடாது” என்றாள்.

அந்தக் காவலர் சிரித்தார். பிறகு அவள் செய்த தவறு அவரிடம் போரிசையும், நடாஷாவையும் பார்த்தீர்களா என்று கேட்டது. அவை இறந்துபோன பெரிய வேட்டை நாய்கள். அவற்றைப் பல ஆண்டுகளுக்கு முன், ஒரு நண்பருக்குச் செய்யும் உதவியாக

தத்து எடுத்துக்கொண்டிருந்தாள். பின் வாழ்நாள் முழுவதும் தன்னை அவற்றுக்கே அர்ப்பணித்துக் கொண்டாள். அவள் தத்தெடுத்ததும், அவளுக்குத் தாயாகும் பேறு இல்லை என்பதைக் கண்டுபிடித்ததும் ஏறத்தாழ ஒரே சமயத்தில் நடந்தன. அவளுக்கு சினைப்பைக் குழாய்களில் ஏதோ பிரச்னை அடைப்போ அல்லது முறுக்கிக்கொண்டதோ, கிராண்ட்டிற்கு இப்போது ஞாபகம் இல்லை. அவன் எப்போதுமே அதைப் பற்றி யோசிப்பதைத் தவிர்த்து வந்தான். அல்லது ஒருவேளை அவளுடைய தாய் இறந்தபிறகு வளர்ப்பு நாய்களைத் தத்து எடுத்திருக்கலாம். அந்த நாய்களின் நீண்ட கால்களும், பட்டுப் போன்ற ரோமமும், குறுகிய கனிவான முகங்களும், அவள் அவற்றை நடைப் பயிற்சிக்கு அழைத்துச் செல்லும்போது, அவளுடைய தோற்றத்திற்கு மிகப் பொருத்தமாக இருந்தன.

கிராண்ட் முதன்முதலாக பல்கலைக்கழக வேலையில் சேர்ந்தபோது, சில பேருக்கு, அது கூட ஃபியோனாவின் மற்றுமொரு விசித்திர ஆசையின் விளைவு என்று தோன்றியிருக்கும். அதிர்ஷ்டவசமாக கிராண்ட் இதை நீண்டகாலம் வரை புரிந்துகொள்ளவில்லை.

மெடோலேக் மனநல விடுதியில் டிசம்பர் மாதத்தில் யாரையும் புதிதாகச் சேர்த்துக்கொள்வதில்லை என்ற விதி இருந்தது. டிசம்பர் விடுமுறைக்காலம் பல தடுமாற்றங்களைக் கொண்டிருக்கும். அதனால் அவர்கள் அந்த இருபது நிமிட பயணத்தை ஜனவரியில் மேற்கொண்டனர். நெடுஞ்சாலையை அடைவதற்குமுன், அவர்கள் சென்ற கிராமப்பாதை, முற்றிலும் உறைந்து போன ஒரு வெட்ட வெளி வழியே சென்றது.

"ஞாபகமிருக்கிறதா" என்றாள் ஃபியோனா.

"நானும் அதைப்பற்றித்தான் நினைத்துக்கொண்டிருந்தேன்" என்றான் கிராண்ட்.

“நல்ல நிலா வெளிச்சத்தில்தான் அது நிகழ்ந்தது.”

நல்ல பனிக்காலத்தில் மட்டுமே செல்லக்கூடிய அந்த இடத்தில், அவர்கள் முழு நிலா ஒளி வீசும் இரவுகளில் பனிச்சறுக்கு மேற்கொண்ட நாட்களைப் பற்றி அவள் பேசிக்கொண்டிருந்தாள்.

அவளுக்கு இந்த விஷயம் இவ்வளவு துல்லியமாகவும் தெளிவாகவும், ஞாபகத்தில் இருக்குமானால், உண்மையில் அவளுக்குப் பிரச்னை

என்று ஒன்று இருக்குமா? அவனால் முடிந்ததெல்லாம் காரைத் திருப்பி வீட்டிற்குச் செல்லாமல் விடுதியை நோக்கி ஓட்டியதுதான்.

மனநலவிடுதி மேற்பார்வையாளர் மேலும் ஒரு விதி பற்றி விளக்கினார். அங்கு புதியதாக அனுமதிக்கப்பட்டவர்களை, முதல் 30 நாட்களுக்குப் பார்வையாளர்கள் யாரும் வந்து பார்க்கக்கூடாது என்பதுதான் அது. ஏனெனில் அவர்கள் தங்களை அங்கே இயல்பாகப் பொருத்திக்கொள்ள அந்தக் கால அவகாசம் தேவைப்படும். இந்தவிதி செயல்படுத்தப்படுமுன், தாங்களாகவே அங்கு வந்து சேர்ந்தவர்கள் கூட, அழுது புலம்பி, கோபித்து, ஆர்ப்பாட்டம் செய்ததுண்டு. மூன்று அல்லது நான்கு நாட்களுக்குப் பின் சிலர் புலம்பத் துவங்கி, வீட்டிற்கு அனுப்புமாறு கெஞ்சுவர்; சில உறவினர்கள் இதற்கு ஒப்புக்கொள்வர். ஆனால் வீட்டிற்கு அழைத்துச் செல்லப்படும் அவர்களிடம் எந்த மாற்றமும் ஏற்படாது. எனவே சிலவாரங்கள் அல்லது ஆறு மாதங்களுக்குப்பின் மிகுந்த சிரமத்தைத் தரும் இதே காட்சிகள் மீண்டும் அரங்கேறும்.

"அதேசமயம் அவர்களை முதல் ஒரு மாதம் அவர்கள் போக்கிலேயே விட்டுவிட்டால், நீரில் வாழும் மட்டிகள் போல மகிழ்ச்சியாக அவர்கள் இருப்பதை நாங்கள் பார்த்திருக்கிறோம்" மேற்பார்வையாளர் சொன்னார்.

அவர்கள் பல ஆண்டுகளுக்கு முன் மெடோலேக்கிற்குச் சில தடவைகள் வந்ததுண்டு. அவர்களது அண்டை வீட்டுக்காரரான திரு ஃபார்க்கரைப் பார்ப்பதற்காக வந்திருக்கிறார்கள். அவர் திருமணம் செய்துகொள்ளாத ஒரு விவசாயி. கிட்டத்தட்ட இந்த நூற்றாண்டின் முற்பகுதியில் கட்டப்பட்ட ஒரு பழைய வீட்டில் தனியாக வாழ்ந்து வந்தார். ஒரு டெலிவிஷன் கருவியும், குளிர்சாதனப் பெட்டியுமே அவர் வீட்டில் புதியதாகச் சேர்ந்திருந்த பொருட்கள். இப்போது அவர் வாழ்ந்த வீடு மறைந்து, அங்கே புதியதாகக் கட்டப்பட்ட பெரிய கட்டடத்தில் வாரவிடுமுறையைக் கழிக்க டொரெண்டோவிலிருந்து சிலர் வருகிறார்கள். அவர் வீடு போனது போலவே மெடோலேக் மனநலவிடுதியும் இடிக்கப்பட்டு, அதற்கு மாற்றாக, புதிய விசாலமான, உயரமான மதில்சுவருடன் கூடிய கட்டடம் உருவாக்கப்பட்டுள்ளது. பைன் மர வாசனையுடன் வரும் தூய காற்றும், பெரிய மண் பானைகளில் வளர்க்கப்பட்ட நல்ல பசுமையான கொடிவகைகளும் அதன் நீண்ட வராண்டாக்களில் நிறைந்து காணப்பட்டன.

ஃபியோனாவைப் பார்க்காமல் கழிக்க வேண்டியிருந்த அந்த நீண்ட முதல் மாதத்தில், கிராண்ட் அவள் அந்தப் பழைய மெடோலேக் விடுதியில் இருப்பது போலவே கற்பனை செய்து கொண்டான். ஒவ்வொரு நாளும் போன் செய்து கிறிஸ்டி என்ற நர்ஸை தொடர்புகொள்ள முயற்சி செய்தான். அவனுடைய அந்தத் தொடர் முயற்சி கிறிஸ்டிக்குச் சற்றே வியப்பைத் தந்தது. ஆனால் அவள்தான் மற்ற நர்ஸ்களை விட முழுமையான தகவல்களை அவனுக்குத் தருபவள்.

ஃபியோனாவிற்கு முதல் வாரத்தில் சளித்தொற்று இருந்தது என்றும் பொதுவாக புதியதாகச் சேர்பவர்களுக்கு அது புதியதல்ல என்றும் சொன்னாள். "புதியதாகப் பள்ளியில் சேரும் குழந்தைகளைப் போலத்தான்; ஏராளமான புதிய கிருமிகளின் தாக்குதலுக்கு உட்படுவதால் எல்லா வகைத் தொற்றுகளையும் பெற்றுக் கொள்கிறார்கள்."

பின்னர் சளி சற்றுக் குறைந்தது. ஆண்டிபயாடிக் மருந்துகள் நிறுத்தப்பட்டுவிட்டன. அவளும் வந்தபோதிருந்த குழப்ப நிலையில் இருந்து சற்றே தேறி இருப்பது போல் காணப்பட்டாள். (இப்போது தான் கிராண்ட், ஆண்டிபயாட்டிக்குகளையும், குழப்பநிலை பற்றியும் முதல் முதலாகக் கேள்விப்படுகிறான்). ஃபியோனாவிற்கு நன்கு பசிக்கிறது. சூரிய அறையில் அமர்ந்து மற்றவர்களுடன் மகிழ்ச்சியாக நட்புறவை ஏற்படுத்தி வருகிறாள், என்றும் கிறிஸ்டி சொன்னாள்.

போன் வந்தால், கிராண்ட் அக்கருவியே பதிலளிக்கும்படி விட்டுவிடுகிறான். அப்பகுதி மக்களோடு இவர்கள் இன்னும் நெருங்கிப் பழகவில்லை. அங்கே பெரும்பாலும் ஓய்வு பெற்ற மூத்த குடிமக்களே இருந்தனர். அவர்கள் அடிக்கடி வெளியூர்களுக்குச் செல்வார்கள். ஃபியோனாவும் கிராண்ட்டும் எங்காவது சுற்றுலா சென்றிருப்பார்கள் என்று அம்மக்கள் நினைத்துக்கொள்ளட்டும் என கிராண்ட் நினைத்தான்.

உடற்பயிற்சிக்காக கிராண்ட் பனிச்சறுக்கு விளையாடச் சென்றான். வீட்டின் பின்புறம் இருந்த திறந்த வெளியில் சுற்றிச் சுற்றிச் சறுக்கி வந்தான். சூரியன் மேற்கே மறைய, வானம் சிவந்து, அப்பகுதி முழுவதும் நீலநிறப் பனியால் சூழப்பட்டது போலக் காட்சி அளித்தது.

பிறகு இருண்டு கிடந்த வீட்டிற்குள் வந்து டெலிவிஷனில் செய்திகளைக் கேட்டுக்கொண்டே இரவு உணவைத் தயரித்தான். வழக்கமாக அவர்கள் இருவரும் சேர்ந்தே இரவு உணவைத் தயாரிப்பார்கள். ஒருவர் பானங்களைத் தயார் செய்ய, மற்றவர், அடுப்பைப் பார்த்துக்கொள்வார். அதே சமயம் அவனுடைய வேலையைப் பற்றிப் பேசுவார்கள். (கிராண்ட், ஸ்காண்டிநேவிய புராணக்கதைகளில் வரும் நார்ஸ் ஓநாய்கள், குறிப்பாக யுக முடிவில் ஓடின் தெய்வத்தை விழுங்கும் மிகப் பெரிய, ஃபென்ரிர் என்னும் ஓநாய் பற்றிய ஆய்வுக்கட்டுரையைத் தயாரித்துக்கொண்டிருந்தான்). மேலும் அவள் படித்தவற்றைப் பற்றியும், அவர்களது சித்தனை ஓட்டத்தைச் பற்றியும் பேசுவார்கள். அதுதான் அவர்கள் மிகுந்த உற்சாகத்துடன் மிகவும் நெருக்கமாக இருந்த சமயம். மேலும் படுக்கைக்குச் சென்றபின் ஐந்து அல்லது பத்து நிமிட உடலின்பம் இருந்தாலும் அது பெரும்பாலும் உடலுறவில் முடிவதில்லை. ஆனால் அந்த உறவு முற்றிலும் முடிந்துவிடவில்லை என்பது உறுதிப்பட்டிருந்தது.

அவனுக்கு ஒரு கனவு. ஒரு கடிதத்தைத் தன்னுடன் பணியாற்றும் சக ஊழியரிடம் காட்டுகிறான். சில நாட்களாக அவன் முற்றிலும் மறந்துவிட்ட ஒரு பெண்ணின் அறைத்தோழியிடம் இருந்து வந்த கடிதம் அது, மிகவும் புனிதமானது போல காட்டப்பட்டிருந்தாலும் விரோதப்போக்குடன் பயமுறுத்துவது போல இருந்தது. கிராண்ட் அவளை விட்டு நல்ல முறையில்தான் பிரிந்து வந்திருந்தான். அவள் அதை வைத்துக் குழப்பமும் பதட்டமும் உண்டாக்குவதற்கு வாய்ப்பே இல்லை. ஆனால் அந்தக் கடிதம், அவள் தற்கொலைக்கு முயற்சித்ததாகக் கூறியது

அந்த சக ஊழியரை கிராண்ட் நண்பனாகக் கருதினான். அலுவலகத்திலிருந்து வந்தவுடன் உடை மாற்றிக்கொண்டு, ஒவ்வொரு இரவும் வீட்டை விட்டு வெளியேறி, மயக்கும் துணைவிகளை நாடிச்சென்று, மறுநாள் சோர்வுடன் போதை மருந்து மற்றும் நறும்புகை மணத்தோடு, அலுவலகம் செல்லும் பல கணவன்மார்களில், அந்த ஊழியரும் ஒருவர். ஆனால் அவரது பார்வை இப்போது மாறுபட்டு இருந்தது.

“என்னால் இதைப் பார்த்துச் சிரிக்க முடியாது” சக ஊழியர் சொன்னார் கிராண்டும் அவர் சிரிப்பார் என்று நினைக்கவில்லை.

“ஒருவேளை உங்கள் நிலையில் நான் இருந்தால் ஃபியோனாவை சமாதானப்படுத்த முயற்சிப்பேன்.”

எனவே கிராண்ட் ஃபியோனாவைப் பார்க்கப் போனான். ஒரு விரிவுரை அரங்கத்திற்குள் நுழைந்தான். அங்கே அவன் தரும் விரிவுரையைக் கேட்க மாணவர்கள் கூடி இருந்தனர் கடைசி வரிசையில் கறுப்பு உடையுடன் துக்கம் காக்கும் நிலையில் சில பெண்கள் இருந்தார்கள். அவனது உரையை அவர்கள் கேட்கவோ, குறிப்பெடுக்கவோ, பொருட்படுத்தவோ இல்லை.

ஃபியோனா முதல் வரிசையில் எந்த சங்கடமும் இல்லாமல் இருந்தாள். “ஓ அந்த வயதுப்பெண்கள் எப்போதும் எப்படி தற்கொலை செய்துகொள்வது என்றுதான் பேசிக் கொண்டிருப்பார்கள்” என்றாள்.

அவனது அலுவலக அறைக்கதவின் மீது *‘rat’* என்ற வார்த்தை கறுப்பு வண்ணத்தில் எழுதப்பட்டிருந்தது. அவன் மீது ஒரு பெண் தீராத ஈர்ப்பு கொண்டிருப்பதாக அவன் ஃபியோனாவிடம் சொன்னபோது, கனவில் அவள் சொன்னதையே அப்போதும் சொன்னாள்.

அவனது சக ஊழியர் இதில் பங்கேற்கவில்லை. யாரும் தற்கொலை செய்து கொள்ளவும் இல்லை. கிராண்டிற்கு அவமானம் ஏற்படவும் இல்லை. அதிலிருந்து அவன் எளிதாக வெளியே வந்தான். ஆனால் இதைப் பற்றி வதந்திகள் பரவின. நண்பர்களின் பாராமுகம் வெளிப்படையாகத் தெரிந்தது.

மிகச் சில கிறிஸ்துமஸ் அழைப்புகளே வந்தன. புத்தாண்டின் துவக்கத்தைத் தனியாகவே கழித்தனர். கிராண்ட் மிக அமைதியாக மது அருந்தினான். தேவையில்லாமலே, பாவமன்னிப்பு கேட்கும்படியான தவறைச் செய்யாமல், ஃபியோனாவிற்கு ஒரு புதிய வாழ்க்கையைத் தருவதாக சத்தியம் செய்தான்.

ஒரு பெண் பித்தனின் வாழ்க்கையில் [கிராண்ட் தன்னை அப்படி கருதிக்கொண்டால்கூட, பெண்களுடன் சல்லாபிப்பதில் கனவில் தன்னைக் கடிந்துகொண்ட சக ஊழியரின் சாதனைகளில் பாதி அளவுகூட அடையாத அவன்] கருணைச் செயல்களோ தியாகங்களோ இருப்பதாக எங்கும் பேசப்படவில்லை. எத்தனையோ தடவைகள் தான் உணர்ந்ததை விட அதிக அன்பும் உணர்ச்சியும்

காட்டி, பெண்களின் கர்வத்திற்கும் அவர்களது பலவீனங்களுக்கும் ஈடுகொடுத்திருக்கிறான்.

தன் சுய கௌரவத்தைப் பாழ்படுத்திக்கொண்டதற்காக தன்னைத்தானே கடிந்து கொள்கிறான். ஃபியோனாவை ஏமாற்றிவிட்டானா? ஆம். ஆனால் மற்ற கணவர்களைப் போல செய்திருந்தால் நன்றாக இருந்திருக்குமா? நான் ஒரு நாளும் அப்படிச் செய்ய நினைத்ததில்லை. ஃபியோனாவின் மீதான அவனது காதல் எப்போதும் குறைந்ததே இல்லை. ஒரே ஒரு இரவுகூட அவளை விட்டு வெளியே தங்கியதே இல்லை. ஒரு வார இறுதி விடுமுறையை சான்பிரான்சிஸ்கோவில் கழிப்பதற்கோ அல்லது மணிடௌஸின் தீவில் கூடாரத்தில் தங்குவதற்காகவோ விஸ்தாரமான கட்டுக்கதைகளை அவளிடம் கூறியதில்லை. போதைமருந்தும், மதுவும் சிறிதளவு எடுத்துக்கொண்டு, தனது ஆராய்ச்சிக் கட்டுரைகளை வெளியிட்டுக்கொண்டும், பல நிறுவன அமைப்புகளில் சேவை செய்துகொண்டும், தன் பல்கலைக்கழகப் பணிகளில் முன்னேறிக்கொண்டும் இருந்தான். திருமணத்தையும், தன் வேலையையும் வீசி எறிந்துவிட்டு கிராமத்திற்குச் சென்று மரவேலையும், தேனி வளர்ப்பும் செய்யலாம் என்ற எண்ணம் எப்போதும் அவனுக்கு ஏற்பட்டதில்லை.

ஆனால், கிட்டத்தட்ட அதைப்போன்ற ஒன்று நடந்தது. குறைந்த பென்ஷனுடன் பணி நிறைவு காலத்திற்கு முன்பே பணி ஓய்வு பெற்றுக் கொண்டான். ஃபியோனாவின் தந்தை இறந்துவிட்டிருந்தார். அந்தப் பெரியவீட்டில், என்ன செய்வதென்றே தெரியாமல், எது நடந்தாலும் அமைதியாகவே இருந்தனர். ஃபியோனாவிற்கு அந்த வீட்டுடன், அவளது தந்தைவழித் தாத்தாவின், ஜியார்ஜியன் வளைகுடாவிற்கு அருகே இருந்த பண்ணை வீடும் பரம்பரைச் சொத்தாக வந்து சேர்ந்தது.

அது ஒரு புதிய வாழ்க்கை. கிராண்ட்டும் ஃபியோனாவும் அந்த வீட்டைப் புதுப்பித்தனர். நீண்ட நேரம் பனிச் சறுக்கில் ஈடுபட்டனர். பிறருடன் எளிதில் பழகும் தன்மையற்ற அவர்கள் படிப்படியாக சிலரை நண்பர்களாகிக்கொண்டனர். கிராண்ட்டிற்கும் இப்போது பெண்களுடன் சல்லாபங்களும் இல்லை. துணைவிகளும் இல்லை.

கிராண்ட் சரியான நேரத்தில் சிந்தித்துப் பார்த்தான்.

பெண்ணியவாதிகளும், அவனது நண்பர்கள் என்று சொல்லிக் கொண்ட கோழைகளும், ஏன் அந்தப் பொறுப்பற்ற, சோகம் நிறைந்த பெண்ணும் கூட அவனைத் தக்க சமயத்தில், படுகுழியில் விழாமல் செய்திருந்தனர். தகுதியற்ற, பிரச்சனைகள் மிகுந்த ஒரு வாழ்க்கையில் சிக்காமல் வெளியே வந்துவிட்டான். இல்லாவிட்டால் ஒருவேளை ஃபியோனாவை இழந்திருப்பான்.

முதல்முறையாக மெடோலேக்கிற்கு ஃபியோனாவைப் பார்க்கச் செல்லவேண்டிய நாள். சீக்கிரமாகவே படுக்கையை விட்டு எழுந்தான். பழைய நாட்களில் ஒரு விலைமாதை முதல் முறையாக சந்திக்கும்போது ஏற்படும் மனக்கிளர்ச்சியோடு கூடிய மன உறுத்தல் போன்ற உணர்வால் அவன் மனம் நிறைந்திருந்தது. அது பாலுணர்வு அல்ல. (பின்நாட்களில் அந்தச் சந்திப்புகளில் அந்த உணர்வு மட்டும்தான் இருந்தது.) ஏதோ ஒன்றைக் கண்டுபிடிப்பது போல எதிர்பார்ப்பு, ஆன்மீகப் புரிதல் மேலும் ஒருவகைக் கூச்சம், பணிவு, எச்சரிக்கை கலந்தது.

பனி உருகியிருந்தது. மெடோலேக்கிற்கு அருகே இருந்த ஒரு நகரின் பூக்கடையில் ஒரு பெரிய பூங்கொத்தை வாங்கிக்கொண்டான். முன் எப்போதும் ஃபியோனாவிற்குப் பூங்கொத்து கொடுத்ததில்லை. ஏன் வேறு யாருக்குமே கொடுத்ததில்லை. கேலிச்சித்திரங்களில் காணப்படும் நம்பிக்கையற்ற காதலனைப் போல, அல்லது குற்ற உணர்வுள்ள ஒரு கணவனைப் போல அந்த விடுதிக்குள் நுழைந்தான்.

கிறிஸ்டி "ஓ! வாவ்! இவ்வளவு சீக்கிரமே நார்ஸிஸ் பூக்களா? ஏராளமான பணத்தைக் கொடுத்திருப்பீர்களே" என்று சொல்லியவாறே அவனுக்கு முன்னால் நடந்தாள். ஒரு ஸ்விட்சைப் போட சாமான்கள் அறையில் விளக்கு எரிந்தது. அங்கே ஒரு பூச்சாடியைத் தேடி எடுத்தாள். அவள் சற்றே பருமனான இளம்பெண். தன் தலைமுடியைத் தவிர தன் தோற்றத்தில் அக்கறை கொண்டவளாகத் தெரியவில்லை. பழுப்புநிறக் காடு போன்ற தலைமுடி: மதுக்கூடங்களில் உள்ள பெண்கள், அல்லது அங்கு நடனமாடுபவர்களைப் போலத் தலைமுடியைத் தூக்கிக் கட்டியிருந்தாள்.

வரவேற்பறையில் இருந்து அவனை அழைத்து, "அங்கே பாருங்கள்: அறைக் கதவில் பெயர் இருக்கும். போய்ப் பாருங்கள்" என்றாள்.

ஆம் ஒரு அறையின் கதவில் நீலப்பறவைப் படங்களின் நடுவே ஃபியோனாவின் பெயர் இருந்தது. கதவை தட்டுவதா என்று யோசித்தபின், தட்டிவிட்டு கதவைத் திறந்து அவள் பெயர் சொல்லி அழைத்தான்.

அவள் அங்கே இல்லை. படுக்கை நன்கு விரிக்கப்பட்டிருந்தது. அதனருகே இருந்த சிறு மேஜையில் டிஷ்யூ பேப்பர் கட்டைத் தவிர வேறு எதுவும் இல்லை. சுவர்களில் எவ்வித சித்திரங்களோ அவர்களது படங்களோ இல்லை. ஒருவேளை அவற்றை அலமாரிக்கு உள்ளே தான் வைத்துக் கொள்ள வேண்டுமோ? திரும்பி நர்ஸ்கள் அறைக்குச் சென்றான். "இல்லையா?" கிறிஸ்டி ஆச்சரியப்பட்டாள். கையில் பூங்கொத்துடன் தயங்கி நின்றவனை, "சரி சரி! பூங்கொத்தை இங்கே வைப்போம்" என்றாள்.

அவனை முதன்முதலாகப் பள்ளியில் சேர்ந்திருக்கும் சிறுவனைப் போல பாவித்து, ஒரு நீண்ட பாதை வழியே வெளிச்சம் நிறைந்த, மத்திய சந்திப்புக் கூடத்திற்கு அழைத்துச் சென்றாள்.

அந்தப் பெரிய கூடத்தில் சிலர் சுவரோரம் இருந்த சாய்வு நாற்காலிகளில் காணப்பட்டனர். கூடத்தின் நடுவே இருந்த மேஜைகளைச் சுற்றிப் பலர் இருந்தனர். யாருமே மனநிலை பாதிக்கப்பட்டவர்கள் போலத் தெரியவில்லை. சிலர் சக்கர நாற்காலியின் உதவி இல்லாமல் இயங்க முடியாத நிலையில் இருந்தனர்.

கிராண்ட்டும், ஃபியோனாவும் பல ஆண்டுகளுக்கு முன் திரு ஃபார்கரைப் பார்க்க வந்திருந்தபோது சில காட்சிகளை கண்டிருந்தனர். வயதான பெண்களின் முகவாயில் வெள்ளைமுடி; அழுகிய பிளம் பழம் போல் வெளியே துருத்திக்கொண்டிருந்த கண்கள், தள்ளாடி நடப்பவர்கள், தலையை மட்டும் ஆட்டிக் கொண்டே இருப்பவர்கள் என்று பல வகையினர். ஆனால் இப்போது அவ்வாறு மிக மோசமான நிலையில் இருந்தவர்கள் களை எடுக்கப்பட்டது போல் தோன்றியது.

கிறிஸ்டி மெதுவான குரலில், "பார்த்தீர்களா? மெதுவாகச் சென்று அவளைத் திடுக்கிட வைக்காமல் 'ஹலோ' சொல்லுங்கள்" என்றாள்.

பிரிட்ஜ் விளையாடும் ஒரு மேஜைக்கு அருகே ஃபியோனாவின்

ஒரு பக்கத் தோற்றமே தெரிந்தது. ஆனால் அவள் சீட்டு விளையாடவில்லை. அவள் முகம் சற்றே பூரித்து, முன் எப்போதும் போல் இல்லாமல், கன்னச்சதை வாயின் ஓரத்தை மறைத்திருந்தது. அவள் தன் அருகே இருந்தவரின் ஆட்டத்தை கவனித்துக் கொண்டிருந்தாள். அந்த மனிதனும் அவள் பார்ப்பதற்கு வசதியாக, தன் சீட்டுகளை சாய்த்துப் பிடித்திருந்தான். கிராணட் அவர்களை நெருங்கியபோது அவள் நிமிர்ந்து பார்த்தாள். அவர்கள் எல்லோருமே நிமிர்ந்து கிராண்ட்டை மகிழ்ச்சியற்றுப் பார்த்தார்கள். உடனே குறுக்கீட்டிலிருந்து தம்மை பாதுகாத்துக் கொள்வதுபோல், தத்தம் சீட்டுகளைக் கவனித்தார்கள்.

ஆனால் ஃபியோனா தனது சமநிலையற்ற வெட்கம் கலந்த, ரகசியமான, அழகான புன்னகையுடன் தன் நாற்காலியைப் பின்னுக்குத் தள்ளிவிட்டு, எழுந்து, தன் விரலை வாயின் மீது வைத்தவாறு அவனருகே வந்தாள். "பிரிட்ஜ்; அவர்கள் வெறித்தனமாக விளையாடுகிறார்கள்," பேசிக்கொண்டே ஃபியோனா அவனை காபி டேபிளுக்கு இட்டுச் சென்றாள். "நானும் கல்லூரி நாட்களில் இப்படி இருந்தது ஞாபகம் வருகிறது. நானும் எனது நண்பர்களும் வகுப்புகளுக்குச் செல்லாமல், பொது அறையில் அமர்ந்து, சிகரெட் புகைத்துக்கொண்டே, கொலை வெறியுடன் பிரிட்ஜ் விளையாடுவோம். உங்களுக்கு ஏதாவது வாங்கி வரட்டுமா? ஒரு கப் டீ? இங்கே காபி அவ்வளவாக நன்றாக இருக்காது."

கிராண்ட் ஒருபோதும் டீ குடித்ததில்லை.

அவனால் அவள் தோள் மீது தன் கைகளைப் போட்டு அணைத்துக்கொள்ள முடியவில்லை. அவள் குரலிலும் புன்னகையிலும் இருந்த ஏதோ ஒன்று, விளையாடுபவர்களை அவனிடமிருந்து காத்துக் கொள்வது போல் இருந்த அவளது நடத்தை, அவனையும் அவர்களது கோபத்திலிருந்து காப்பாற்றுவது போல இருந்த அந்தச் செயல், அவனை அவ்வாறு செய்யவிடாமல் தடுத்தது.

"உனக்காக நான் பூக்கள் வாங்கி வந்துள்ளேன். அவை உன் அறையைப் பிரகாசமாக்கும். நான் உன் அறைக்குச் சென்று பார்த்தபோது நீ அங்கே இல்லை," என்றான்.

“இல்லை. நான் இங்கே இருக்கிறேன்” அவள் பிரிட்ஜ் டேபிளைப் பார்த்தாள்.

“நீ புதிய நண்பனைப் பெற்றுவிட்டாய்,” என்று அவள் அருகே இருந்த மனிதனைக் காட்டினான். அதேசமயம் அந்த மனிதனும் ஃபியோனாவைப் பார்க்க, அவளும் திரும்பிப் பார்த்தாள். அது கிராண்ட் சொன்னதாலோ, அல்லது தன் பின்புறம் அந்த மனிதனின் பார்வை பட்டதை உணர்ந்ததாலோ இருக்கலாம்.

"அது ஔபெரி," ஃபியோனா தொடர்ந்தாள். "இதில் வேடிக்கை என்னவென்றால் பல ஆண்டுகளுக்கு முன்பிருந்தே எனக்கு அவரைத் தெரியும். எனது தாத்தாவிற்குத் தெரிந்த ஹார்டுவேர் கடையில் அவர் வேலை பார்த்தார். நானும் அவரும் கேலி பேசுவோம். ஆனால் என்னைக் காதலிக்க அவருக்கு தைரியம் இருக்கவில்லை. கடைசி வார விடுமுறையில் என்னை பால்டான்ஸ்க்கு அழைத்துச் சென்றார். ஆனால், அது முடிந்தவுடன் எனது தாத்தா என்னை வீட்டிற்கு அழைத்துச் சென்றுவிட்டார். பண்ணை வீட்டில் வாழ்ந்து வந்த என் தாத்தா-பாட்டியுடன் விடுமுறையைக் கழிக்கச் சென்றிருந்தேன்."

"ஃபியோனா உனது தாத்தா பாட்டி வாழ்ந்த இடம் எனக்குத் தெரியும். அங்கேதான் நாம் இப்போது வாழ்கிறோம்; வாழ்ந்தோம்."

"உண்மையாகவா!" முழுக் கவனமும் இல்லாமல் அவள் பேசினாள். ஏனென்றால் சீட்டு விளையாடுபவர் அவள் மீது தன் பார்வையைச் செலுத்திக்கொண்டிருந்தார். அப்பார்வை வேண்டுகோள் போல் இல்லாமல் கட்டளையிடுவது போல் தோன்றியது. அவருக்கு கிராண்ட்டின் வயது அல்லது சிறிது அதிக வயதிருக்கும். அடர்ந்த முரட்டு முடி முன் நெற்றியில் விழுந்திருந்தது. அவரது சருமம் வெளுத்து, தடித்து, சற்றே மஞ்சள் கலந்த நிறத்தில் குழந்தைகளின் பழைய சுருங்கிய கையுறைகள் போல இருந்தது. அவரது நீண்ட முகத்தில் கண்ணியத்துடன் சோகமும் சேர்ந்து காணப்பட்டது. ஆற்றல் மிக்க, ஆனால் உற்சாகம் இழந்த வயதான குதிரையைப் போன்ற அழகு அவருக்கு இருந்தது. ஃபியோனாவைப் பொறுத்தவரை அவர் உற்சாகத்தை இழக்கவில்லை.

"நான் செல்ல வேண்டும்" புதியதாக மெருகேறி இருந்த முகத்தில் வெட்கம் சேர்ந்துகொள்ளச் சொன்னாள் ஃபியோனா. "நான்

அருகே உட்காராவிட்டால் அவரால் விளையாட முடியாது என நினைக்கிறார். அது முட்டாள்தனமானது. எனக்கு பிரிட்ஜ் ஞாபகத்தில் இல்லை. நான் போய்விட்டால் நீங்களே உங்களைப் பார்த்துக்கொள்வீர்களா? இப்போது எல்லாமே புதியதாகத்தான் இருக்கும். எவ்வளவு சீக்கிரம் இதையெல்லாம் பழகிக்கொண்டோம் என்று நீங்களே ஆச்சரியப்படுவீர்கள். விரைவில் எல்லோரையும் அடையாளம் கண்டுகொள்வீர்கள், சிலரைத் தவிர. எல்லோரும் உங்களைத் தெரிந்துகொள்வார்கள் என்று எதிர்பார்க்க வேண்டாம்."

அவள் தன் நாற்காலியை அடைந்து ஔபெரியின் காதில் எதையோ சொன்னாள். தன் விரல்களால் ஔபெரியின் புறங்கையில் தாளம் போட்டாள்.

கிறிஸ்டியைத் தேடிச்சென்ற கிராண்ட் அவளை நடுக்கூட்டத்தில் கண்டான். ஆப்பிள் மற்றும் திராட்சைச் சாறு நிறைந்த குவளைகளோடு அவள் சென்றுகொண்டிருந்தாள்.

"என்னவாயிற்று?" என்று கேட்டாள்.

கிராண்ட், "நான் யார் என்று அவளுக்குத் தெரியுமா? என்று கேட்டான். அவனால் தீர்மானிக்க முடியவில்லை. ஒருவேளை அவள் அவனிடம் விளையாடுகிறாளா? அப்படி செய்தாலும் செய்யக் கூடியவள்தான். அவன் புதியதாக அங்கு வந்து சேர்ந்தவன்போல், அவள் நினைத்துக்கொண்டிருப்பதுபோல் ஒருவேளை நடித்திருக்கலாம்.

"ஒரு மோசமான தருணத்தில், அதாவது விளையாட்டில் முழுமையாக ஈடுபட்டிருந்தபோது அவளைப் பார்த்துவிட்டீர்கள்" என்றாள் கிறிஸ்டி.

"அவள் விளையாடிக்கொண்டிருக்கவில்லையே?"

"ஆமாம். ஆனால் அவளது நண்பர் ஔபெரி விளையாடிக் கொண்டிருந்தார்."

"யார் அந்த ஔபெரி?"

"அவர்தான் அந்த ஔபெரி. அவளுடைய நண்பர். ஒரு ஜூஸ் குடிக்கிறீர்களா?" வேண்டாம் என்று கிராண்ட் தலையை ஆட்டினான்.

“ஓ! பாருங்கள். இங்கே இதுபோன்ற உறவுகள் ஏற்படுகின்றன. சிறுவயதுத் தோழமை போல இரு ஒரு நிலை.”

“அப்படி என்றால் அவளுக்கு உண்மையிலேயே நான் யார் என்று தெரியாமலிருக்கும் என நினைக்கிறீர்களா?”

“அவளுக்குத் தெரியாமல் இருக்கலாம். இன்றோ அல்லது நாளையோ உங்களுக்குத் தெரியாது. சில காலம் இங்கே வந்து கொண்டிருந்தால் இது எப்படி நடக்கிறது என்று புரிந்து கொள்வீர்கள். இதை மிகவும் யோசிக்க வேண்டிய ஒன்றாக எடுத்துக்கொள்ளாமலிருக்க பழகிக்கொள்வீர்கள். நாள்பட நாள்பட அறிந்து கொள்வீர்கள்.”

நாட்கள் சென்றன. ஆனால் எதுவும் மாறவில்லை. அங்கே நடப்பதை அவனால் ஏற்றுக்கொள்ள முடியவில்லை. ஃபியோனாதான் அவனை, தன்மேல் தனிப்பட்ட அக்கறை காட்டும் ஒரு விடாப்பிடியான பார்வையாளர் என்று தெரிந்து கொண்டாள். அவள் அவனைச் சற்று ஈடுபாடின்றி இரக்கத்தோடு நடத்தியது, அவனை மிக முக்கியமான கேள்வியைக் கேட்கவிடாமல் தடுத்தது. கடந்த 50 வருடங்களாக அவன் தன் கணவனாக இருந்து கொண்டிருப்பதை நினைவில் வைத்திருக்கிறாளா என்பதுதான் அந்தக் கேள்வி. இந்தக் கேள்வி அவளை மிகவும் தர்மசங்கடத்திற்கு உட்படுத்தும் என நினைத்தான். அவளை இல்லாவிட்டாலும் அவனையாவது அந்நிலைக்கு உள்ளாக்கும்.

கிறிஸ்டி ஔபெரியைப் பற்றிச் சொல்லத் தொடங்கினாள். “ஔபெரி தாவர களைக்கொல்லிகள் மற்றும் விவசாயிகளுக்குத் தேவையான பொருட்களை விற்கும் ஒரு கம்பெனியின் பிரதிநிதியாக இருந்தார். ஆனால் பணி ஓய்வு பெறுவதற்கு முன் அவருக்கு ஓர் அசாதாரணமான இழப்பு ஏற்பட்டது.

அவரது மனைவிதான் வீட்டில் அவரைக் கவனித்துக்கொள்கிறாள். அவருடன் மிகவும் கஷ்டப்படுகிறாள். அவளுடைய சகோதரி அவளை ஓய்வெடுக்க ஃப்ளோரிடா செல்ல வேண்டும் என்று கேட்டுக்கொண்டாள். எனவே சற்று ஓய்வு பெற விரும்பிய அவள், தற்காலிகமாக ஔபெரியை இங்கே சேர்த்திருக்கிறாள். அவர்கள் ஒருமுறை எங்கோ விடுமுறையைக் கழிக்கச் சென்றபோது, அவரை ஏதோ ஒரு பூச்சி கடிக்க, மிக அதிகமான காய்ச்சல் ஏற்பட்டு, கோமா நிலைக்குச் சென்று, அதிலிருந்து மீண்டு, தற்போதுள்ள

நிலைக்கு வந்துள்ளார்."

பெரும்பாலான மாலை நேரங்களில் ஃபியோனாவும் ஒளபெரியும் பிரிட்ஜ் மேஜையில் இருப்பார்கள். ஒளபெரிக்கு பெரிய விரல்கள் - பெரிய கைகள்; ஆனால் சீட்டுகளை நழுவாமல் பிடித்துக் கொள்ள முடியாது. அவருக்காக ஃபியோனா சீட்டுகளைக் குலுக்கிப் போடுவது, நழுவும் சீட்டுகளை விரைவாக சரிசெய்வது ஆகிய வேலைகளைச் செய்வாள். கிராண்ட் தொலைவில் இருந்து, அவளுடைய வேகமான அசைவுகளையும், சிரித்துக் கொண்டே மன்னிப்பு கேட்பது போன்ற பாவனைகளையும் கவனிப்பான். அவளுடைய முடிக்கற்றை அவர் கன்னங்களில் படும்போது ஒளபெரி கணவன்மார்களின் லேசான கோபப்பார்வையை அவள் மேல் செலுத்துவார். அவள் அருகே இருக்கும்வரை அவளைக் கண்டுகொள்ளாதது போல இருப்பார்.

ஆனால் கிராண்ட்டை வரவேற்கும் போதோ, அல்லது எழுந்து சென்று அவனுக்குத் தேநீர் கொடுப்பதாகச் சொன்னாலோ, அதாவது கிராண்ட்டிற்கு அவளிடமிருக்கும் உரிமையை அவள் ஏற்றுக்கொண்டாலோ, ஒளபெரியின் முகத்தில் ஒரு பீதி, பயம் தோன்றும். உடனே தன் கையிலுள்ள சீட்டுகளைத் தரையில் விழும்படி நழுவவிட்டு, ஆட்டத்தைக் கெடுப்பார். ஃபியோனா விரைந்து எல்லாவற்றையும் சரிசெய்ய வேண்டிவரும்.

அவர்கள் இருவரும் பிரிட்ஜ் ஆட்டத்தில் இல்லை என்றால் கூடங்களில் நடைப்பயிற்சி செய்வார்கள். ஒளபெரி ஒரு கையால் சுவரில் பதிக்கப்பட்ட குழாய்களைப் பிடித்தபடி, மறு கையால் பியோனாவின் தோளையோ, கையையோ பற்றிக்கொண்டு நடப்பார். அவரை சக்கர நாற்காலியிலிருந்து வெளியேற்றியது ஃபியோனா செய்த அற்புதம் என்று அங்கிருந்த நர்ஸ்கள் கருதினார்கள். சற்று நீண்ட பயணங்களுக்கு, அதாவது விடுதியின் ஒரு கோடியில் இருந்த டெலிவிஷன் அறைக்கோ அல்லது மறுகோடியில் இருந்த பசுமைக்குடில் தோட்டத்திற்கோ செல்லும்போது சக்கர நாற்காலி வரவழைக்கப்பட்டது.

இவர்கள் பசுமைக் குடிலில், செழித்து வளர்ந்த வெப்பமண்டலத் தாவர கொடிப் பந்தலில் இருப்பார்கள். ஒருநாள் கிராண்ட் அந்தக் கொடிப் பந்தலின் பின்புறம் நின்று இவர்களை கவனித்தான். இலைகளின் சலசலப்பு, நீரூற்றின் ஓசையோடு,

ஃபியோனாவின் பேச்சும் சிரிப்பும் கேட்டது. அதன்பின் மகிழ்ச்சியை வெளிப்படுத்தும் அடக்கமான சிரிப்பு. ஔபெரியால் பேச முடிந்தாலும், முன்போல அது இல்லை. அவரால் சில ஒலிகளை மட்டுமே எழுப்ப முடிந்தது.

"கவனமாக இரு என் அன்பே."

"அவன் அருகே இருக்கிறான்."

கிராண்ட் ஃபியோனாவைப் பார்க்கச் செல்வதற்கு புதன் மற்றும் சனிக்கிழமைகளைத் தேர்வு செய்தான். சனிக்கிழமைகளில் உறவினர்கள் கூட்டங் கூட்டமாக வந்தனர். எனவே சனிக்கிழமைகளில் விடுமுறை காலச் சந்தடிகளும், மிகு உணர்ச்சிக் காட்சிகளும் அதிகப்படியாக இருந்தன. பொதுவாக தாய்மார்கள்தான் அதிகமாகப் பேசினார்கள். ஆண்கள் தாழ்ந்த குரலில் பேசிக்கொண்டும், பதின்பருவத்தினர் ஏதோ அவமானப் படுத்தப்பட்டவர்கள் போலவும் இருந்தனர். ஔபெரியைப் பார்க்க அவரது பிள்ளைகளோ பேரப் பிள்ளைகளோ வரவேயில்லை. பார்வையாளர்கள் தினங்களில் பிரிட்ஜ் டேபிள்கள் ஐஸ்கிரீம் பார்ட்டிகளுக்கு ஒதுக்கப்பட்டதால், சீட்டுஆட்டம் இல்லை. எனவே ஃபியோனாவும் ஔபெரியும் அந்தக் கூட்டத்திலிருந்து விலகியே இருந்தார்கள். பசுமைக்குடிலிலும் அவர்கள் தனிமையில் இருக்க முடியாது எனவே ஃபியோனாவின் மூடப்பட்ட அறையில் அவர்கள் சந்தித்தனர். கிராண்ட் அவள் அறைக்கதவின் முன் நின்று அதைத் தட்ட முடியாமல், அவளது பெயர்ப் பலகையை வெறுப்புடன் பார்த்துக்கொண்டிருப்பான்.

அல்லது அவர்கள் ஔபெரியின் அறையில் இருக்கலாம். அது எங்கிருக்கிறது என்று கிராண்ட்டிற்குத் தெரியாது, அந்த இடத்தை ஆராய ஆராய அவன் புதிய புதிய நீண்ட நடைபாதைகளையும், வெராண்டாக்களையும், சாய்வுப்பாதைகளையும், கூடங்களையும் கண்டுபிடித்தான். அந்தத் தேடுதல்களில் அவனே காணாமல் போகும் நிலையும் ஏற்பட்டிருக்கலாம்.

ஒரு சனிக்கிழமை. கிராண்ட் ஜன்னல் வழியே பார்த்தான். உறைபனி நீக்கப்பட்ட நடைபாதையில் ஔபெரியை சக்கர நாற்காலியில் உட்காரவைத்து, ஃபியோனா தள்ளிக்கொண்டிருந்தாள். அவள் மிக மோசமான கம்பளித் தொப்பியும், மேலங்கியும் அணிந்திருந்தாள்.

சூப்பர் மார்க்கெட்களில் சாதாரண குடும்பத்துப் பெண்களை இது போன்ற உடைகளில் பார்த்திருக்கிறான். இந்த விடுதிக் காப்பாளர்கள் இவர்களது உடைகளில் கவனம் செலுத்துவது இல்லை போலும். எப்படியானாலும் அங்கு அனுமதிக்கப்பட்டுள்ளவர்கள் தத்தம் ஆடைகளை அடையாளம் கண்டுகொள்வதில்லை. மேலும் ஃபியோனாவின் தலைமுடியை வெட்டி இருந்தார்கள். அவளுக்கு தேவதை போன்ற ஒளிவட்டத்தை ஏற்படுத்தியிருந்த முடியை வெட்டிவிட்டார்கள்.

ஒரு புதன்கிழமை. விடுதியில் பழைய நிலை திரும்பியிருந்தது. பிரிட்ஜ் ஆட்டம் அமைதியாக நடந்து கொண்டிருந்தது. கைத்தொழில் அறையில் பெண்கள் பட்டுத்துணியிலிருந்து பூக்களையும் பொம்மைகளுக்கான ஆடைகளையும் தயாரித்துக் கொண்டிருந்தனர். ஃபியோனாவும், ஔபெரியும் தென்பட்ட போது, கிராண்ட் தன் மனைவியுடன், மிகச் சுருக்கமாக, நட்புணர்வுடன் பேச முடிந்தது. “அவர்கள் ஏன் உன் முடியை வெட்டினார்கள்?”

ஃபியோனா கைகளால் தன் தலையைத் தடவி உறுதிப்படுத்தி, “ஏன் நான் அதை எப்போதும் இழந்ததில்லை” என்றாள்.

கிராண்ட் முதல்முதலாக பல்கலைக்கழகத்தில் ஆங்லோ சாக்ஸன் மற்றும் நார்டிக் இலக்கியங்களைக் கற்பிக்க ஆரம்பித்திருந்தான். வழக்கமாக வரும் மாணவர்களே அவன் வகுப்பில் இருந்தனர். சில ஆண்டுகளில் ஒரு மாற்றம் நிகழ்ந்தது. திருமணமான பெண்களும் அவன் வகுப்புகளில் சேர்ந்தார்கள். நல்ல வேலையில் சேருவதற்காகவோ அல்லது ஏதாவது ஒரு வேலையைப் பெறவோ அவர்கள் வகுப்புகளில் சேரவில்லை. வழக்கமான வீட்டுவேலைகள் மற்றும் விருப்பச் செயல்களிலிருந்து விடுபட்டு, வித்தியாசமான, உற்சாகமூட்டும் சூழ்நிலையை விரும்பியே அவர்கள் வந்தனர். அவர்களது வாழ்க்கை செழுமை பெற்றது. அவர்களுக்குப் பாடம் நடத்தும் ஆண்கள் அந்தச் செழுமைக்குக் காரணமானார்கள். அப்பெண்களுக்குத் தங்கள் கணவன்மார்களைவிட இந்த ஆசிரியர்கள் மர்மமானவர்களாகவும், கவர்ச்சிகரமாகவும் தோன்றினார்கள்.

கிராண்ட்டின் வகுப்பில் சேர்ந்த பெண்கள் ஸ்காண்டிநேவிய நாடுகளின் பின்னணி கொண்டவர்களாகவோ அல்லது வாக்னர்

மற்றும் ஐரோப்பிய வரலாற்று ஆசிரியர்களின் புராணக்கதைகளைப் படித்தவர்களாகவோ இருந்தனர். அவர்களில் சிலர் கிராண்ட் ஏதோ கெல்டிக் மொழியைக் கற்றுக்கொடுப்பதாக நினைத்தனர். கெல்டிக்கில் அனைத்துமே இறைவன் சம்பந்தப்பட்ட கவர்ச்சியும் மயக்கமும் உடையவை என்று நினைத்தனர். அத்தகைய ஆர்வலர்களிடம் கிராண்ட், “நீங்கள் அழகான ஒரு மொழியைக் கற்க விரும்பினால், ஸ்பானிஷ் மொழியைக் கற்றுக்கொள்ளுங்கள். மெக்ஸிகோவிற்குச் செல்லும்போது அது உங்களுக்குப் பயன்படும்” என்றான்.

சிலர் அவனது எச்சரிக்கையை ஏற்று, வேறு வகுப்புகளுக்குச் சென்றார்கள். ஆனால் மற்றவர்களின் மனங்களை அவனுடைய அதிகாரத் தொனி ஊடுருவிச் சென்றது. கிராண்ட்டின் ஒழுங்கான நிம்மதியான வாழ்க்கையில் அவர்கள் உறுதியான வைராக்கியத்துடன் நுழைந்தார்கள். பெரும் வியப்பூட்டும் தங்கள் முதிர்ந்த பெண்மையின் இணக்கத்தை ஆசிரியர் ஏற்றுக்கொள்வாரா என்ற அச்சத்துடன் கூடிய நம்பிக்கையுடன் அவனை நெருங்கினார்கள்.

ஜாக்வி ஆடம்ஸ் என்ற பெண்ணை கிராண்ட் தேர்ந்தெடுத்தான். அவள் ஃபியோனாவிற்கு நேர்மாறானவள். குட்டையான, சற்றே பருத்த உடல்வாகு; பீரிட்டெழும் உணர்ச்சி பொங்கும் கருமையான கண்கள்: அந்தக் காதல் விவகாரம், அவளது கணவன் வேறு ஊருக்குப் பணிமாறுதல் அடையும்வரை சுமார் ஒரு வருடம் நீடித்தது. பின்னர் விடைபெற்றுச் செல்லும்போது குளிர் காய்ச்சல் வந்தவள் போல குலுங்கிக் குலுங்கி அழுதாள். பின்னர் சில கடிதங்களை எழுதினாள். அக்கடிதங்கள் மிகைப்படுத்தப்பட்டவை போல கிராண்ட்டிற்குத் தோன்றியது. அவற்றிற்கு எப்படி பதில் எழுதுவது என்று அவனால் முடிவு செய்ய இயலவில்லை. காலம் கடந்துகொண்டே இருந்தது. இதனிடையே எதிர்பாராத அதிசயம் போல வேறு ஒரு பெண்ணுடன் அவனுக்குத் தொடர்பு ஏற்பட்டது. அந்தப் பெண் ஜாக்விக்கு மகள் போன்ற வயதுடையவள்.

ஜாக்வியுடன் தொடர்பில் இருந்தபோதே பல அழகிய இளம்பெண்கள் அவனது அலுவலக அறைக்கு வந்து கொண்டிருந்தனர். மிகவும் கவனமான அணுகுமுறை, உணர்வுகளை மென்மையாக வெளிப்படுத்துவது போன்ற ஜாக்வியிடம் இல்லாத

கவர்ச்சிகள் அவன் கதவிற்கு வெளியே காத்து நின்றன. ஒரு பெரும் சூறாவளி அவனைச் சுழன்று அடித்தது. அவனை மட்டுமல்ல. அவனைப் போன்ற பல ஆசிரியர்களையும் அது தாக்கியது. அவர்களைப் பற்றிய வதந்திகள் பல்கலைக்கழகம் முழுவதும் பரவின. அவர்களைப் பற்றிய கணிப்புகளும் மதிப்பீடுகளும் வெளிவந்தன. சிலர் பணியிலிருந்து நீக்கப்பட்டார்கள். பணி இழந்தவர்கள் வேறு சிறிய கல்லூரிகளிலும், தொலைநிலைக் கல்வி நிலையங்களிலும் பணியில் சேர்ந்தார்கள். சில வயதான பெண்கள், அதிர்ச்சியிலிருந்து மீண்டு, தங்கள் காதலர்களைக் கவர்ந்த இளம்பெண்களின் நடையுடை பாவனைகளை மேற்கொண்டனர். கல்வி நிலைய விருந்துகளும் கொண்டாட்டங்களும் மறைமுகப் பிரச்சனைகள் ஆயின. 'ஸ்பானிஷ் ப்ளூ' போன்ற ஒரு பெரும் தொற்று நோய் பரவியதுபோல் இருந்தது. சிலர் மட்டுமே அதிலிருந்து விலகி இருந்தனர்.

இவையெல்லாம் மிகைப்படுத்தப்பட்டவை போலத் தோன்றியது. ஃபியோனாவும் மிகவும் இணக்கமாகவே இருந்தாள். தனது உடல்நலம் அற்புதமாக முன்னேறி இருப்பதாக கிராண்ட் உணர்ந்தான். சிறு பையனாக இருந்த போதிலிருந்தே அவனிடம் இருந்த மந்தத்தன்மை நீங்கிவிட்டிருந்தது. மாடிப்படிகளில் இரண்டிரண்டாகத் தாவி ஏறினான். தன் அறைலிருந்த ஜன்னல் வழியே வானில் செல்லும் பெரு மேகங்களையும், சூரியன் மறையும் வர்ணஜாலக் காட்சிகளையும், அருகிலிருந்த வீடுகளில் ஒளி வீசிய பழங்கால அலங்கார விளக்குகளையும், பூங்காக்களில் விளையாடிய குழந்தைகளின் சிரிப்பொலிகளையும் ரசித்தான். பனிச்சறுக்கு விளையாட்டை நிறுத்த விருப்பமின்றி வந்தான். கோடையில் பூத்த புது மலர்களின் பெயர்களைக் கற்றுக் கொண்டான். தனது வகுப்புகளில் பழம் பெரும் ஸ்காண்டிநேவிய வீரகாதைக் கவிஞனால் பாடப்பெற்ற ஐஸ்லாந்தின் எழுச்சிப் பாடல்களைப் பாட முயற்சித்தான். [இவை, கான்சர் பாதிப்பால் குரல் வளம் இழந்த அவனது மாமியார் அவனுக்குக் கற்றுத் தந்தவை ஆகும்]. அந்தப் பாடல்கள் எரிக் பிளட்டேக்ஸ் என்ற மன்னனைப் புகழ்ந்து பாடப்பெற்றவை. ஆனால் அம்மன்னன் அக்கவிஞனுக்கு மரணதண்டனை விதித்தான்.

ஃபியோனா ஐஸ்லாந்து மொழியைக் கற்றுக்கொள்ளவே இல்லை. அம்மொழிக் கதைகளின் மீதும் அவளுக்கு ஈர்ப்பு இல்லை.

அவற்றைத்தான் கிராண்ட் பல்கலைக்கழகத்தில் கற்றுக்கொடுத்தான். அவை பற்றிய ஆராய்ச்சிக் கட்டுரைகளை சமர்ப்பித்தான். அந்தக் கதாநாயகர்களைப் பற்றி ஃபியோனா பெரிதாக நினைக்கவில்லை. ஆனால் வயதானபின் அந்நாட்டின் மீது ஈர்ப்பு ஏற்பட்டது. அங்கு செல்வது பற்றிய பயணக் கையேடுகளை வாசித்தாள். வில்லியம் மோரிஸ் மற்றும் ஆடெனின் பயணக் கட்டுரைகளைப் படித்தாள். ஆனால் உண்மையில் அங்கு செல்ல அவள் திட்டமிடவில்லை. "நாம் நினைத்துப் பார்த்து, தெரிந்து கொண்டு, பார்க்க விரும்பி ஆனால், பார்க்கவே முடிந்திராத ஒரு இடம் இருக்க வேண்டும்" என்று அவள் சொல்வாள்.

19 ஆம் நூற்றாண்டில், ஒரு பெண் பயணி ஐஸ்லாந்து பற்றி எழுதிய ஒரு புத்தகத்தை, கிராண்ட் மறுமுறை ஃபியோனாவிற்காக எடுத்துச் சென்றான். அது ஒரு புதன்கிழமை. ஃபியோனா பிரிட்ஜ் டேபிளில் இல்லை. ஒரு பணிப்பெண் அவனிடம், "அவள் இங்கே இல்லை. நோயுற்று இருக்கிறாள்" என்றாள். அவள் குரலில் வெளிப்பட்ட தன் முனைப்பும், உற்சாகமும், ஃபியோனாவைப் பற்றியும், அவள் வாழ்க்கை பற்றியும், கிராண்ட்டிற்குத் தெரிந்ததைவிட, தனக்கு அதிகமாகத் தெரியும் என்ற மகிழ்ச்சியைக் காட்டின.

"அவரும் இங்கே இல்லை" பணிப்பெண் தொடர்ந்தாள்.

கிராண்ட் கிறிஸ்டியைத் தேடிச் செல்ல, அவளுக்கோ இவனுடன் பேச நேரம் இல்லை.

அவள், தன் உறவினரை முதல் முறையாகப் பார்க்க வந்து, அழுது கொண்டிருந்த ஒரு பெண்ணை தேற்றிக்கொண்டிருந்தாள்.

ஃபியோனாவிற்கு என்ன ஆயிற்று என்று மீண்டும் கேட்டபோது அவளுக்குப் பெரிதாக எதுவும் இல்லை என்றும் சற்று மனநிலை சரியில்லாததால் ஒருநாள் மட்டும் படுக்கையில் இருந்தாள் என்றும் சொன்னாள்.

ஃபியோனா படுக்கையில் நேராக உட்கார்ந்திருந்தாள். இதற்கு முன் கிராண்ட் இங்கே வந்தபோது, அவள் அறையில் இருந்தது மருத்துவமனைக் கட்டில் என்பதையும், தேவையானபடி அதை நிமிர்த்திக்கொள்ளலாம் என்பதையும் கவனித்திருக்கவில்லை. அவள் உயரமான கழுத்து கொண்ட கவுனை அணிந்திருந்தாள். முகம் மாவுப்பசையைப் பூசியதுபோல் வெளுத்திருந்தது.

கட்டிலின் அருகே சக்கர நாற்காலியில் ஔபெரி மிக நெருக்கமாக இருந்தார். எப்போதும் அணியும் சட்டைக்குப் பதிலாக, மேலங்கியும், டையும் போட்டிருந்தார். அவருடைய அழகான கம்பளித் தொப்பி கட்டிலின் மேல் இருந்தது. ஏதோ முக்கிய வேலையாக வெளியே வந்தவர் போல காணப்பட்டார்.

எதைச் செய்துகொண்டிருந்தாலும் அதனால் மிகவும் களைப்படைந்தது போல முகம் கறுத்துக் காணப்பட்டார்.

இருவரும் கிராண்ட்டை துக்கம் கலந்த பயத்துடன் பார்த்தனர். கிராண்ட் யார் என்று தெரிந்தவுடன், அந்த பயம் நிம்மதியாக மாறியது. இருவரும் ஒருவர் கையை ஒருவர் பிடித்திருந்தனர். படுக்கையில் இருந்த தொப்பி; மேலங்கி, டை; எனவே ஔபெரி எங்கேயும் வெளியே செல்லவில்லை. யாரைப் பார்க்க எங்கே சென்றார், என்ற கேள்விக்கே இடமில்லை.

கிராண்ட் ஃபியோனாவின் மறு கையின் அருகே படுக்கைமீது புத்தகத்தை வைத்தான்.

“இந்தப் புத்தகம் ஐஸ்லாந்து பற்றியது. நீ இதைப் படிக்க விரும்புவாய் என நினைத்தேன்” என்றான்.

“சரி. நன்றி” என்றாள். புத்தகத்தை அவள் பார்க்கவே இல்லை.

“ஐஸ்லாந்து” மீண்டும் அவன் சொன்னான்.

“ஐஸ்லாந்து” அவள் சொல்லியபோது வார்த்தையின் முன் பாதியில் சிறிதும் ஆர்வமும் பின்பாதி உணர்ச்சியற்றும் இருந்தது.

எப்படி இருந்தாலும், தன் கையை அவள் பிடியில் இருந்து விடுவித்துக்கொள்ள முயன்றுகொண்டிருந்த ஔபெரியின் மீது அவள் தன் கவனத்தைச் செலுத்த வேண்டியிருந்தது.

“ஏன்? என்னவாயிற்று?” மிக மென்மையாகக் கேட்டாள்.

கிராண்ட் இதுபோன்ற மென்மையான பேச்சை இதுவரை கேட்டதில்லை.

“ஓ! பரவாயில்லை. இதோ,” என்று அருகிலிருந்த பெட்டியிலிருந்த டிஷ்யு பேப்பரை உருவி, அழ ஆரம்பித்திருந்த ஔபெரியிடம் கொடுத்தாள்.

ஔபெரி தன்னால் முடிந்த அளவு முகத்தைத் துடைத்துக் கொண்டிருந்தபோது ஃபியோனா, கிராண்ட் மீது பார்வையைச் செலுத்தினாள்.

"உங்களுக்கு இங்கே வேலைபார்ப்பவர்களிடம் ஏதாவது செல்வாக்கு இருக்கிறதா? நீங்கள் சிலருடன் பேசிக்கொண்டிருப்பதைப் பார்த்திருக்கிறேன்" என்றாள்.

அப்போது ஔபெரி எதிர்ப்பா, களைப்பா, எரிச்சலா என அறியமுடியாத ஒரு ஒலியை எழுப்பினார். அவருடைய உடலின் மேற்பகுதி சரிந்து அவள் மீது விழப்போவதுபோல இருந்தது. ஃபியோனா படுக்கையில் இருந்து பாதியளவு வெளியே வந்து அவரைப் பிடித்து நிறுத்தினாள். அவளுக்கு தான் உதவுவது சரியல்ல என கிராண்ட் நினைத்தான்.

'உஷ்' ஃபியோனோ "உஷ். என் அன்பே அழ வேண்டாம். நாம் இருவரும் மீண்டும் பார்ப்போம். பார்க்க வேண்டும். நான் உன்னையும், நீ வந்து என்னையும் பார்க்கலாம்," என்றாள்.

அவள் மார்பில் முகம் பொதித்த ஔபெரி மீண்டும் அதே ஒலியை எழுப்ப, கிராண்ட்டிற்கு அந்த இடத்தை விட்டு வெளியேறுவதைத் தவிர பண்பார்ந்த செயலாக எதையும் செய்ய முடியவில்லை.

கிறிஸ்டி எதிரே வந்தாள். "அவரது மனைவி விரைவில் இங்கே வந்து அவரை அழைத்துச்சென்று துயரத்தைக் குறைக்க வேண்டும். அவர் இங்கே இருக்கும்வரை ஃபியோனாவை ஒரு வாய் உணவுகூட சாப்பிட வைக்க முடியாது" என்றாள்.

கிராண்ட்: "நான் இங்கே தங்கவேண்டுமா?"

"எதற்காக? உண்மையில் அவளுக்கு எந்த நோயும் இல்லை."

"அவளுக்குத் துணையாக இருக்கிறேன்" என்று கிராண்ட் சொல்ல, கிறிஸ்டி மறுத்தாள்.

"அவர்கள் தாங்களே இந்த நினைவுகளில் இருந்து மீண்டு வர வேண்டும். பொதுவாக அவர்களுக்கு ஞாபகசக்தி குறைவாகத்தான் இருக்கும். அது எப்போதும் மோசமானதில்லை."

கிராண்ட், ஃபியோனாவின் அறைக்குப் போகாமலேயே வெளியே வந்தான். சற்றே வெதுவெதுப்பான மாலை வேளையில் காக்கைகள்

உற்சாகக் குரல் எழுப்பிக்கொண்டிருந்தன. கார்கள் நிறுத்தும் இடத்தில் கட்டம் போட்ட கம்பளி ஆடை அணிந்த ஒரு பெண், மடக்கி வைக்கப்பட்டிருந்த ஒரு சக்கர நாற்காலியை காரிலிருந்து வெளியே எடுத்துக்கொண்டிருந்தாள்.

ஃபியோனா துக்கத்திலிருந்து மீளவில்லை. உணவு நேரங்களில் எதையும் உண்ணாமல், உணவை தன் கைக்குட்டையில் மறைத்துக் கொண்டாள். எனவே அவளுக்கு ஊட்டச்சத்து பானம் தினமும் 2 முறை தரப்பட்டது. ஒரு பணியாள் அருகில் இருந்து அதைக் குடிக்கச் செய்தாள். படுக்கையிலிருந்து எழுந்து தன் ஆடைகளை தானே உடுத்திக் கொண்டாள். ஆனால் தன் அறைக்குள்ளேயே இருக்க விரும்பினாள். கிராண்ட்டோ அல்லது கிறிஸ்டியோ அவளை நடைப் பயிற்சிக்கு அழைத்துச் செல்லவில்லை என்றால் எந்த ஒரு உடற்பயிற்சியும் இல்லாமலேயே இருந்தாள். அழுது அழுது கண்கள் ஒளிமங்கிவிட்டன. மேலாடையின் பொத்தான்கள் தாறுமாறாகப் போடப்பட்டிருந்தன. ஆனால், தலையை சீவாமலோ நகங்களை சுத்தம் செய்யாமலோ இருக்கும் நிலைக்குச் செல்லவில்லை. ஆனால், அந்த நிலையும் விரைவில் வரலாம். அவளுடைய தசைகள் வலுவிழந்துவிட்டதாகவும், அவளுடைய நிலையில் முன்னேற்றம் இல்லாவிட்டால் அவளை 'வாக்கரில்' தான் போடவேண்டும் என்றாள் கிறிஸ்டி.

"ஆனால் ஒருமுறை வாக்கருக்குப் பழகிவிட்டால் அதன்பிறகு அவர்கள் தாமாக நடக்கமாட்டார்கள். நீங்கள்தான் அவளை உற்சாகப்படுத்தி, அவளுக்காக இன்னும் உழைக்கவேண்டும்" மேலும் சொன்னாள்.

ஆனால் அந்த அதிர்ஷ்டம் கிராண்ட்டிற்கு வாய்க்கவில்லை. ஃபியோனா ஏனோ அவன் மீது விருப்பம் இல்லாதவள் போல இருந்தாள். ஆனால் அதை மறைத்துக்கொள்ள முயற்சித்தாள். ஒவ்வொரு முறை கிராண்ட்டைப் பார்க்கும்போதும், அவளுக்கு, ஔபெரியுடனான தனது கடைசி சந்திப்பும், ஔபெரி விஷயத்தில் கிராண்ட் தனக்கு உதவாததும், நினைவில் வந்திருக்குமோ?

தங்கள் திருமணத்தைப் பற்றி அவளுக்கு நினைவூட்டுவதில் ஒரு பயனும் இல்லை என அவன் நினைத்தான்.

விடுதி மேற்பார்வையாளர் அவனைத் தனது அலுவலகத்திற்கு அழைத்தார். ஃபியோனாவின் எடை தொடர்ந்து குறைந்து

கொண்டே செல்வதாகவும், துணை உணவுகளாலும் பயனில்லை என்றும் கூறினாள். மேலும் "முதல் தளத்தில், உள்ளவர்களை நாங்கள் தொடர்ந்து படுக்கையில் வைத்துப் பார்த்துக்கொள்ள முடியாது. அத்தகையவர்களைத் தற்காலிகமாக மட்டும் பார்த்துக்கொள்வோம். அவர்கள் மிகவும் பலவீனப்பட்டு தாங்களே சுயமாக இயங்க முடியாதபோது இரண்டாம் தளத்திற்கு மாற்றி விடுவோம்" என்றார்.

"பியோனா அந்த அளவு படுக்கையில் இருப்பதாகத் தான் நினைக்கவில்லை" என்றான் கிராண்ட்

"இல்லை. இப்போது அவள் விளிம்புநிலையில் உள்ளாள். மேலும் பலவீனமடைந்தால் இரண்டாம் தளத்திற்கு மாற்றுவோம்." "இரண்டாம் தளம் முற்றிலும் மனநோயாளிகள் இருக்கும் இடம் அல்லவா?"

"ஆமாம்."

கிராண்ட்டின் கார் சென்றுகொண்டிருந்த தெருவின் பெயர், 'கரும்பருந்துத் தெரு'. வீடுகள் அனைத்தும் சுமார் 30 முதல் 40 வருடங்களுக்கு முன்பு கட்டப்பட்டவை போலத் தோற்றமளித்தன. அகன்ற, வளைந்து சென்ற அத்தெருக்களுக்கு நடைமேடைகள் இல்லை. கிராண்ட் மற்றும் ஃபியோனாவின் நண்பர்கள், குடும்பம் குழந்தைகள் என்று ஆனவுடன், இதுபோன்ற வீடுகளுக்குக் குடிபெயர்ந்தார்கள். இப்போதும் இளம் பெற்றோர்கள் அங்கே வசித்தனர். வீடுகளின் கார் நிறுத்துமிடங்களில் (கராஜ்) மூன்று சக்கர சைக்கிள்களும், பாதை ஓரங்களில் கூடைப்பந்து பயிற்சிக்கான வளையங்கள் கொண்ட கம்பங்களும் காணப்பட்டன. வாசல்களில் டயர்களின் தடங்களும், ஜன்னல்களில் சாயம் வெளுத்த கொடிகளும் காணப்பட்டன. ஆனால் சில வீடுகள் நன்கு பராமரிக்கப்பட்டிருந்தன. ஒருவேளை அவர்களுக்கு புதிய வீடு வாங்கும் அளவு அதிக பணவசதி இல்லாமல் இருந்திருக்கலாம். அல்லது இதைவிட புதிய வீடுகளுக்குச் செல்வது அவசியம் என்று எண்ணாதவர்களாக இருக்கலாம்.

டெலிபோன் குறிப்பேட்டில் கிராண்ட் பார்த்த ஔபெரி மற்றும் அவர் மனைவியின் வீடு அவற்றில் ஒன்று. அதன் நடைபாதை கற்களால் அமைக்கப்பட்டு ஓரங்களில் அழகான இளஞ்சிவப்பு மற்றும் நீலநிற ஹையஸின்த் மலர்கள் விறைப்பாக நின்றன.

ஔபெரியின் மனைவியை கார் பார்க்கிங்கில் பார்த்தது தவிர கிராண்ட்டிற்கு அவளைப் பற்றி எதுவும் தெரியாது. காரின் டிரங்க்கில் அவள் குனிந்திருந்தபோது அவளுடைய உடை அவளது குறுகிய இடையையும் பருத்த பிட்டங்களையும் எடுப்பாகக் காட்டியது.

இன்று அவள் அந்தக் கம்பளி ஆடையில் இல்லை. பழுப்பு நிறச் சட்டையும், இளஞ்சிவப்பு நிற ஸ்வெட்டரும் அணிந்திருந்தாள். இறுக்கமான இடுப்பு பெல்ட் அவளது இடையழகைக் கூட்டியது. ஆனால் பெல்ட்டின் உதவி இல்லாமலேயே அவளது இடையின் மேல் மற்றும் கீழ்ப் பகுதிகள் பருத்து இருந்தன.

அவள் தன் கணவனைவிட பத்து அல்லது பனிரெண்டு வருடங்கள் இளையவளாக இருக்கலாம். குட்டையான, சுருண்ட தலைமுடிக்கு சிவப்புச் சாயம் ஏற்றியிருந்தாள். நீலக்கண்கள்; ஃபியோனாவின் கண்களை விட லேசான நீல நிறம்.

அவளது முகப்பூச்சு, முகச் சுருக்கங்களை அதிகப்படுத்தி இருந்தது. அல்லது ஒருவேளை ஃப்ளோரிடாவின் வெயில் காய்தலால் ஏற்பட்டிருக்கலாம்

கிராண்ட்: “எப்படி என்னை அறிமுகப்படுத்திக்கொள்வது என்று எனக்குத் தெரியவில்லை. உங்கள் கணவரை மெடோலேக்கில் அடிக்கடி நான் பார்த்திருக்கிறேன்.”

“அப்படியா?”

“உங்கள் கணவர் இப்போது எப்படி இருக்கிறார்?” “இருக்கிறார்” என்ற வார்த்தையைக் கடைசியில் சேர்த்தான்.

“அவர் நன்றாக இருக்கிறார்.”

“என் மனைவியும் அவரும் மிக நெருக்கமான நட்பை ஏற்படுத்திக் கொண்டார்கள்.”

“நான் அதைப்பற்றிக் கேள்விப்பட்டேன்.”

ஒரு நிமிடம் ஒதுக்கினால் அதைப்பற்றி உங்களிடம் பேச விரும்புகிறேன்.”

“எனது கணவர் உங்கள் மனைவியுடன் எதையும் ஆரம்பிக்கவில்லை: நீங்கள் அதைப்பற்றிப் பேசுவதானால்... அவர் எந்தவகையிலும்

அவளைத் துன்புறுத்தவோ கட்டாயப்படுத்தவோ இல்லை. அவரால் அப்படிச் செய்ய முடியாது. செய்யவும் மாட்டார். நான் கேள்விப்பட்டவரை இந்த விஷயம் நேர்மாறாக நடந்தது என்றே தோன்றுகிறது.”

கிராண்ட்: “இல்லை: அப்படி இல்லவே இல்லை. நான் இங்கே எதைப் பற்றியும் புகார் செய்ய வரவில்லை.”

“ஓ! அப்படியா! நான் அப்படி நினைத்ததற்காக வருந்துகிறேன். நீங்கள் உள்ளே வரலாம். இங்கே குளிர் காற்று வீசுகிறது. வெளியே சற்று கதகதப்பாக இருப்பதுபோல் தோன்றினாலும் அப்படி இல்லை.”

எனவே வீட்டிற்குள் செல்வதே ஒருவகையான வெற்றி என நினைத்தான்.

வரவேற்பறையைத் தாண்டி, “நாம் சமையலறையில் உட்காருவோம். அங்கிருந்துதான் ஔபெரியின் குரலைக் கேட்க முடியும்” என்றாள்.

முன்பக்க ஜன்னல்களுக்கு இரண்டு அடுக்கு நீலத் திரைகள். ஒன்று சாதாரணத் துணி; மற்றது சில்க்; பொருத்தமான நீல நிற சோஃபா; அச்சுறுத்தும் வெளிறிய தரை விரிப்பு, பல்வேறு பளபளப்பான கண்ணாடிகள், அலங்காரப் பொருட்கள் என கிராண்ட்டின் பார்வையில் பட்டன. இந்த மாதிரியான ஊசலாடும் திரைகளுக்கு ஃபியோனா ஒரு பெயர் சொன்னாள்: அதை அவள் தமாஷாகச் சொல்லியிருந்தாள். ஃபியோனா தன் அறைகளைப் பெரும்பாலும் காலியாகவும், வெளிச்சமாகவும் இருக்கும்படி செய்தாள். சிறிய அறையில் இப்படி ஏராளமான பொருட்களை அடைத்து வைப்பது அவளுக்குப் பிடிக்காது. சமையலறையின் மறுபுறம் நல்ல வெளிச்சம் நிறைந்த ஓர் அறையிலிருந்து டெலிவிஷனின் சப்தம் கேட்டது.

ஃபியோனாவின் பிரார்த்தனைகளுக்கான விடை, சில அடி தூரத்தில் டெலிவிஷனில் ஓடிக் கொண்டிருந்த நடன நிகழ்ச்சியைப் பார்த்துக்கொண்டிருந்தது. ஔபெரியின் மனைவி அவரைப் பார்த்தாள்.

“ஓ கேவா!” என்று கேட்டு அறைக் கதவை சிறிதே சாத்தினாள்.

“உங்களுக்கு ஒரு கப் காபி தரட்டுமா? போன கிறிஸ்துமஸ் விழாவின்

போது என் மகன் அவருக்காக ஒரு ஸ்போர்ட்ஸ் சேனலை சப்ஸ்கிரைப் செய்து கொடுத்தான். அது மட்டும் இல்லாமல் இருந்திருந்தால் என்ன செய்வோம் என்று தெரியவில்லை."

சமையலறை மேடையில் பல்வேறு வீட்டு உபயோகப் பொருட்கள் காபி இயந்திரம், உணவு பதப்படுத்தும் கருவி, கத்திகளை சாணை பிடிக்கும் கருவி இன்னும் பல கருவிகள் கிராண்ட்டிற்கு அவைகளின் பெயரும் பயனும் தெரியவில்லை எல்லாமே புத்தம் புதியவை -விலை உயர்ந்தவை இப்போதுதான் பெட்டியிலிருந்து வெளியே எடுக்கப்பட்டதுபோல் அல்லது தினமும் பாலிஷ் செய்யப்பட்டதுபோல் இருந்தன.

அங்கிருந்த பொருட்களை ரசனையுடன் பார்த்தான். அவள் பயன்படுத்திக்கொண்டிருந்த காபி இயந்திரத்தை மிகவும் ரசித்து, தானும் ஃபியோனாவும் இதேபோல் ஒன்றை வாங்க விரும்பியதாகச் சொன்னான். அது முழுப்பொய் ஃபியோனா, ஒரு தடவையில் இரண்டு கப் காபியை மட்டுமே தரும் ஐரோப்பிய வகை இயந்திரத்தையே மிகவும் விரும்பினாள்.

"என் மகனும் அவன் மனைவியும் அதை எங்களுக்கு வாங்கித்தந்தார்கள். அவர்கள் காம்லூப்ஸ்.பி.சி. யில் வசிக்கிறார்கள். எங்களால் கையாள முடியாத அளவு பொருட்களை எங்களுக்கு அனுப்புகிறார்கள். அதற்குப் பதிலாக அந்தப் பணத்தை எங்களை வந்து பார்ப்பதற்குச் செலவழித்தால் எவ்வளவு நன்றாக இருக்கும்!"

கிராண்ட் தத்துவார்த்தமாக, "அவர்களுக்கு இங்கே வருவதற்கு நேரமில்லாத அளவு வேலைகள் இருக்கலாம்" என்றான்.

"ஆனால் சென்ற குளிர்கால விடுமுறைக்கு ஹவாய் தீவிற்குச் சென்ற போது வேலைகள் இல்லை. குடும்பத்தில் வேறு யாராவது அருகே இருந்தால் எங்களுக்கு நன்றாக இருக்கும். ஆனால் அவன்தான் எங்களுக்கு ஒரே பிள்ளை."

டேபிளில் இருந்த பீங்கான் மரக்கிளையில் (ஒடித்து வைக்கப்பட்டிருந்த) இருந்த பீங்கான் கப்களை எடுத்து காபியை நிறைத்தாள். இதுதான் தக்க சமயம் எனக் கருதிய கிராண்ட், "மனிதர்கள் தனிமைப்பட்டுவிடுகிறார்கள். அதுவும் அவர்கள் மிகவும் நேசிப்பவர்களைப் பார்க்க முடியாதபோது, வருந்துகிறார்கள் உதாரணத்திற்கு என் மனைவி ஃபியோனா" என்றான்.

“நீங்கள் அடிக்கடி அவளைப் பார்க்கப்போவதாகச் சொன்னீர்களே!”

“நான் போகிறேன் ஆனால் அது அல்ல விஷயம்.”

பிறகு கிராண்ட் தனது வேண்டுகோளை, எதற்காக வந்தானோ அதை அவளிடம் கூறினான். அதாவது, வாரத்தில் ஒருநாள் ஔபெரியை அவளால் மெடோலேக்கிற்கு அழைத்துச் செல்ல முடியுமா? அது சில மைல் தொலைவுதான். அல்லது அவள் சற்று ஓய்வு எடுக்க விரும்பினால் அவனே அவரை அழைத்துச் செல்வதாகவும், அது தனக்குச் சிரமமே இல்லை என்றும் சொன்னான். கிராண்ட் இதுபோல பேசவேண்டும், என்று முதலில் நினைத்திருக்கவில்லை. அவன் பேசியது அவனுக்கே திகைப்பையும் அச்சத்தையும் ஏற்படுத்தியது. அவன் பேசிக்கொண்டிருந்தபோதே அவள் தன் மூடிய உதடுகளையும், உள்ளிருந்த நாக்கையும் அசைத்து ஏதோ நம்பத்தகாத ஒன்றைக் கண்டுபிடிப்பது போல காணப்பட்டாள். அவனுடைய காபிக்கு பாலையும், ஒரு தட்டில் பிஸ்கட்டுகளையும் கொண்டு வந்தாள். அவற்றை வைத்துவிட்டு "வீட்டிலேயே செய்தது" என்றாள். அவள் குரலில் விருந்தோம்பல் தன்மையைக் காட்டிலும் சவால் விடும் தன்மையே அதிகமாக இருந்தது. உட்கார்ந்து தனது காபியில் பாலை விட்டு கலக்கும்வரை அவள் வேறு எதுவும் பேசவில்லை.

பிறகு அவள் "முடியாது" என்றாள் "என்னால் அதைச் செய்ய முடியாது. காரணம், நான் அவருக்குத் தொந்தரவு தர மாட்டேன்."

"அது அவருக்குத் தொந்தரவா?" கிராண்ட் மிகுந்த அக்கறையுடன் கேட்டான்.

"ஆமாம். நிச்சயமாக. அப்படிச் செய்யவே கூடாது. வீட்டிற்கு வந்தவரை திரும்பவும் அங்கே அழைத்துச் செல்வதா? அது அவருக்குக் குழப்பத்தை உண்டாக்கும்.

"ஆனால் தான் ஒரு பார்வையாளராகத்தான் அங்கே போகிறோம் என்று அவருக்குப் புரியாதா?"

"அவருக்கு எல்லாமே புரிகிறது."

அவள் இதைச் சொன்ன விதம் கிராண்ட் ஏதோ ஔபெரியை அவமானப்படுத்திவிட்டதுபோல இருந்தது. “என்னவானாலும் அது ஒரு குறுக்கீடு தான். நான் அவரைப் பயணத்திற்குத்

தயார்படுத்த வேண்டும். காருக்குள் அவரை அமரச் செய்ய வேண்டும். பெரிய உருவம் உள்ள அவரை காரில் ஏற்றுவது நீங்கள் நினைப்பது போல எளிதான விஷயம் அல்ல. அவரது சக்கர நாற்காலியை காரினுள் வைக்கவேண்டும். இத்தனையும் எதற்காக? இவ்வளவு சிரமங்களையும் மேற்கொண்டு வேறு ஏதாவது பொழுதுபோக்கு இடத்திற்கு அழைத்துச் சென்றாலாவது அவர் மகிழ்ச்சி அடைவார்."

"நானே அவரை அழைத்துச் சென்றால் கூடவா?" கிராண்ட் குரலில் நம்பிக்கையோடு, "ஆமாம் உங்களுக்கு சிரமமே கூடாது" என்றான்.

"உங்களால் முடியாது. உங்களுக்கு அவரைப் பற்றித் தெரியாது. உங்களால் அவரைக் கையாள முடியாது. நீங்கள் செய்வதை ஆதரிக்க மாட்டார். இவ்வளவு சிரமங்களுக்குப் பின் அவர் பெறப்போவது என்ன?"

ஃபியோனாவைப் பற்றிக் குறிப்பிட கிராண்ட் முனையவில்லை.

"அதைவிட அவரை ஒரு மாலுக்கோ அல்லது படகுகள் ஓடும் ஏரிக்கோ அழைத்துச் சென்றால், அவருக்கும் ஒரு மாறுதலாக இருக்கும்." எழுந்து சென்று கழிவுத் தொட்டிக்கு மேலே இருந்த ஜன்னலில் இருந்த தன் சிகரெட்களையும் லைட்டரையும் எடுத்து வந்தாள்.

"புகை பிடிப்பதுண்டா?" அவள் கேட்டாள்.

"இல்லை: நன்றி" அவள் தனக்கு சிகரெட்டை கொடுப்பாளா என்று கூடத் தெரியாமல் சொன்னான்.

"புகைபிடித்ததே இல்லையா? அல்லது பழக்கத்தை விட்டு விட்டீர்களா?"

"விட்டுவிட்டேன்"

"எப்போது முதல்?"

அதைப் பற்றி யோசித்தான்.

"முப்பது ஆண்டுகள் இல்லை அதற்கும் அதிகமாக..."

ஜாக்வியுடன் தொடர்பு ஏற்பட்டபோதே புகைபிடிப்பதை விட்டுவிட முடிவெடுத்து இருந்தான். ஆனால் புகைபிடிப்பதை

விட்டு விடுவதற்காகத் தனக்கு ஒரு பரிசு கிடைக்கப்போகிறது என்றோ, அல்லது, ஒரு சக்தி மிகுந்த மாற்றுப் பொழுதுபோக்கு கிடைத்திருப்பதால் புகைப்பதை விட்டுவிடுவதற்கான நேரம் வந்துவிட்டது என்றோ அவன் நினைத்ததாக ஞாபகம் இல்லை.

சிகரெட்டைப் பற்ற வைத்துக் கொண்டே, "நான் புகைபிடிப்பதை விட்டு விடும் எண்ணத்தை விட்டு விட்டேன்" என்றாள் அவள்.

ஒருவேளை இதுதான் அவளது முகச்சுருக்கங்களுக்குக் காரணமோ? ஒருமுறை அவனிடம் ஒரு பெண், புகைபிடிக்கும் பெண்களுக்கு முகச்சுருக்கங்கள் உண்டாகும் என்று கூறியிருந்தாள். சூரிய வெப்பத்தாலோ அல்லது அவள் தோலின் இயல்பாலோ கூட ஏற்பட்டு இருக்கலாம். அவளது கழுத்துத் தோலிலும் சுருக்கங்கள் இருந்தன. சுருக்கங்களுடைய கழுத்து: இளமை ததும்பும் எடுப்பான மார்பகங்கள்: அவள் வயதுப் பெண்களுக்கு பொதுவாக இந்த முரண்பாடுகள் இருக்கும். நல்லதும் கெட்டதும்; மரபு வழி அதிர்ஷ்டமோ அல்லது அதிர்ஷ்டம் இல்லாமையோ எல்லாம் கலந்து காணப்பட்டது. வெகு சிலரே தங்கள் அழகை புகை படிந்தது போல இருந்தாலும் தக்க வைத்துக் கொண்டனர் ஃபியோனாவைப் போல. அதுகூட உண்மையாக இல்லாமல் இருக்கலாம். அவன் சிறுவயது முதலே அவளைத் தெரிந்து வைத்திருந்ததால் அப்படி நினைத்திருக்கலாம். ஔபெரி தன் மனைவியிடம் வெறுப்பும் அவமதிப்பும் நிறைந்த நீலக்கண்களும், தீமை தரும் சிகரெட்டை சூழ்ந்திருக்கும் உதடுகளும் கொண்ட ஒரு பள்ளி மாணவியைக் கண்டாரா?

"எனவே உங்கள் மனைவிக்கு மன அழுத்தமா?" ஔபெரியின் மனைவி கேட்டாள், "அவள் பெயர் என்ன? நான் மறந்துவிட்டேன்."

"ஃபியோனா."

"ஃபியோனா. உங்கள் பெயர் என்ன? எனக்கு அது சொல்லப்படவில்லை."

"கிராண்ட்."

எதிர்பாராத விதமாக அவள் தன் கையை மேஜையின் குறுக்கே நீட்டி," ஹலோ கிராண்ட், நான் மரியான்" என்றாள்.

"நாம் இருவரும் இப்போது அறிமுகமாகிவிட்டோம். நான்

நினைப்பதை நேரடியாகச் சொல்லாமல் இருப்பது நல்லதல்ல. அவர் இன்னும் உங்கள் ஃபியோனாவைப் பார்ப்பதில் தீவிரமாக இருக்கிறாரா, இல்லையா என்று எனக்குத் தெரியாது. அதைப்பற்றி நான் அவரிடம் கேட்பதில்லை. அவரும் என்னிடம் சொல்வதில்லை. ஒருவேளை அது கடந்து போகும் அக்கறையாக இருக்கலாம். ஆனால் மீண்டும் அவரை அங்கே அழைத்துச்சென்று, ஏதாவது நடந்து விட்டால் நல்லதல்ல என்று என் மனம் கூறுகிறது. அந்த ஆபத்தை எதிர்கொள்ள நான் தயாராக இல்லை. ஏற்கனவே அவரைப் பார்த்துக்கொள்வது எனக்குச் சிரமமாக இருக்கிறது. இங்கே துணைக்கு யாருமே இல்லை. நான் மட்டுமே."

"எப்போதாவது அவர் அங்கே செல்வது நல்லது என நினைக்கிறீர்களா?" குரலை மிகவும் தாழ்த்தி கிராண்ட் கேட்டான்.

ஆனால் அவள் தன் குரலைத் தாழ்த்த வேண்டிய அவசியம் இல்லை போல, "இல்லை நான் அவரை இங்கேயே வைத்துக் கொள்வேன்," என்றாள்.

"ஓ! நல்லது. அது மிகவும் உன்னதமானது" என்றான் கிராண்ட். 'உன்னதமான' என்ற சொலில் கேலித்தொனி இல்லாமல் இருக்கும் என நம்பினான். அதை அவன் விரும்பவில்லை.

"நீங்கள் அப்படி நினைக்கிறீர்களா? ஆனால் நான் அதை 'உன்னதமான'தாகப் பார்க்கவில்லை."

"இருந்தாலும் அது சுலபமான காரியம் அல்ல."

"இல்லை. ஆனால் நான் இருக்கும் நிலையில் எனக்கு வேறு வழியே இல்லை. நான் இந்த வீட்டை விற்றால் ஒழிய அவரை அந்தக் காப்பகத்தில் சேர்க்க முடியாது. எங்களுக்கு உள்ள ஒரே சொத்து இந்த வீடுதான். அடுத்த வருடத்திலிருந்து எங்கள் இருவருக்கும் ஓய்வூதியம் கிடைக்கும். அப்போதும் அவரைக் காப்பகத்தில் சேர்த்தால் வீட்டைக் காப்பாற்ற முடியாது. எனக்கு எல்லாமே இந்த வீடுதான்."

கிராண்ட்: "மிகவும் நல்லது."

"ஆமாம்; இந்த வீட்டை சரிசெய்யவும், தொடர்ந்து பராமரிக்கவும் ஏராளமாகச் செலவு செய்து வருகிறேன். இதை இழக்க நான் விரும்பவில்லை."

“உங்கள் நிலைமை எனக்குப் புரிகிறது.”

“அவர் வேலை பார்த்த கம்பெனி எங்களைக் கைவிட்டுவிட்டது. அதுபற்றிய எல்லா விவரங்களும் எனக்குத் தெரியாவிட்டாலும், அவர் வேலையிலிருந்து நீக்கப்பட்டார் என்று மட்டும் தெரியும். கடைசியில் இவர் கம்பெனிக்குப் பணம் தர வேண்டும் என்றார்கள். அதுபற்றித் தீவிரமாக விசாரிக்க நான் முயற்சி செய்தேன். ஆனால் என் கணவர் அது என்னுடைய வேலை அல்ல என்று சொல்லிவிட்டார். ஆனால் இவர் ஏதோ முட்டாள்தனமாகச் செய்திருக்கிறார் என்று நினைக்கிறேன். ஆனால் நான் அதைப்பற்றிப் பேசக்கூடாது. எனவே வாயை மூடிக்கொண்டேன். திருமணமான உங்களுக்கு இது புரியும் என நினைக்கிறேன். மேலும் இதைப்பற்றி நான் விசாரித்து வந்த சமயம் நாங்கள் ஒரு சுற்றுலா சென்றோம். ஏதோ ஒரு பெயர் தெரியாத வைரஸ் இவரை கோமா நிலைக்குச் செலுத்திவிட்டது. எனவே அவர் அந்தச் சிக்கலில் இருந்தும் வெளியே வந்துவிட்டார்.”

“துரதிர்ஷ்டம்.”

“நான் வேண்டுமென்றே அவர் நோயாளியானார் என்று கூறவில்லை. எதேச்சையாக அது நடந்தது. அவருக்கு என் மீதும், எனக்கு அவர் மீதும் கோபம் இல்லை. அதுதான் வாழ்க்கை. அதை நாம் வெல்ல முடியாது.”

அவள் தன் நாக்கை சுழற்றி பூனையைப் போல மேலுதட்டில் ஒட்டி இருந்த பிஸ்கட் துணுக்குகளை நீக்கினாள். “நான் ஒரு தத்துவவாதியைப் போல பேசுகிறேனா? முன்பு நீங்கள் பல்கலைக்கழகப் பேராசிரியராக இருந்தவர் என்று அங்கே சொன்னார்கள்”

“நீண்ட காலத்திற்கு முன்பு” என்றார் கிராண்ட்.

“நீங்கள் என்ன நினைக்கிறீர்கள் என்று சொல்லவா? நான் பணத்தை பெரிதாக நினைப்பவள் என்றுதானே நினைத்தீர்கள்?”

“நான் பிறரைப் பற்றி அவ்வாறு மதிப்பீடு செய்வதில்லை. இது உங்கள் வாழ்க்கை.”

“உண்மையில் அப்படித்தான்.”

சமரச நிலையில் விடைபெற விரும்பிய கிராண்ட், அவளது

கணவன் பள்ளிப் பருவத்தில் ஹார்டுவேர் கடையில், கோடை விழுறைகளில் வேலை செய்ததுண்டா என்று கேட்டான்.

"நான் அப்படி எதுவும் கேள்விப்பட்டதே இல்லை. நான் இந்தப் பகுதியில் பிறந்து வளர்ந்தவள் அல்ல."

ஔபெரியின் மனைவியிடம் தான் தோற்றுப் போனதை கிராண்ட் உணர்ந்தான். பெண்களுக்கு இயற்கையாக இருக்கும் பாலினப் பொறாமை அல்லது வருத்தம் என்றுதான் கருதவேண்டும். அவளது பொதுவான கண்ணோட்டத்தைப் பற்றி அவன் எதுவும் நினைக்கவில்லை. மன உளைச்சல் தரும் வகையில் அமைந்த அந்த உரையாடல் அவனுக்குப் புதியதல்ல. ஏனெனில் அது அவனுக்குத் தனது குடும்பத்தாருடன் நடந்த உரையாடல்களை நினைவுறுத்தியது. அவனது உறவினர்கள் குறிப்பாக அவனது தாய் மரியனைப் போலவே சிந்தித்தார். பணம்தான் எல்லாமே. அதற்குத்தான் முதலிடம். அவர்கள் அவ்வாறு நினைக்கக் காரணம், மற்றவர்கள் வாழ்க்கையின் உண்மையை அறியாதவர்கள் என்று நினைத்ததுதான். மரியனும் தன்னைப் பற்றி அவ்வாறுதான் நினைப்பாள், முட்டாள்தனமானவன்; அலுப்பூட்டும் அறிவு நிறையப் பெற்றவன்; ஏதோ குருட்டு அதிர்ஷ்டத்தால் வாழ்க்கையின் கசப்பான உண்மைகளை அறிந்து கொள்ளாதவன்; தன் வீட்டைக் காப்பாற்றிக்கொள்ள வேண்டுமே என்ற கவலை இல்லாதவன். மற்றவர்களை மகிழ்விக்க, ஏதேதோ திட்டங்களைத் தீட்டும் கனவுகளோடு திரிபவன்; இப்படித்தான் அவள் நினைப்பாள்.

அப்படிப்பட்ட நபரை எதிர்கொள்வது அவனுக்கு எரிச்சலூட்டுவதாகவும், இருந்தது. அவர்களோடு அவனால் தொடர்ந்து போராட முடியாது. ஏனெனில் இறுதியில் அவர்கள் சொல்வதுதான் சரியாக இருக்குமோ என்ற பயம் ஏற்பட்டது. ஆனாலும் இவளை அல்லது இவளைப் போன்ற ஒரு பெண்ணை மணம் செய்திருக்கலாமோ? தான் இருக்க வேண்டிய இடத்தில் இருந்திருக்கலாம். தனக்கு கிளர்ச்சி ஊட்டுபவளாக இருந்திருப்பாள். ஒருவேளை ஆண்களுடன் காதல் சரசமாடும் பெண்ணோ? அவள் தன் இடுப்பை ஒருவிதமாக அசைத்து நடந்தவிதம், மூடியவாய், ஏதோ சிறிய தீங்கை உண்டாக்கத் திட்டமிடுவது போன்ற அவள் நடத்தை, அதுதான் சிறுநகரங்களில் வாழும் காதல் சரசமாடும் பெண்களின் அறியாமை கலந்த அசிங்கம்.

அவளுக்கு, ஔபெரியைத் தேர்ந்தெடுத்தபோது மிகுந்த நம்பிக்கை இருந்திருக்கும். அவருடைய நல்ல தோற்றம், விற்பனைப் பிரதிநிதி வேலை, மேலும் அவருடைய தொழில் முன்னேற்றங்கள் என்று பல. தான் இருக்கும் நிலையை விட உயர்வான நிலைக்குச் செல்லலாம் என எதிர்பார்த்திருப்பாள். யதார்த்த வாழ்க்கையை வாழ நினைப்பவர்கள் அப்படித்தான் இருப்பார்கள். இருந்தபோதிலும் அவர்களது வாழ்க்கைக் கணக்குகள், நன்கு முன்னேற அவர்கள் தம் உள்ளுணர்வால் மேற்கொள்ளும் முயற்சிகள், அவர்கள் எதிர்பார்த்த அளவு வெற்றியைத் தராமல் போகலாம். சந்தேகமில்லாமல் இது பெரிய அநியாயம்தான்.

வீடு திரும்பியவுடன் கிராண்ட் தனது டெலிபோனின் பதிலளிக்கும் பகுதியில் பளிச்சிட்ட ஒளியைக் கண்டான். எப்போதும் நினைப்பது போல் ஃபியோனாதான் தன்னை அழைத்திருப்பாள் என்று நினைத்தான். கோட்டைக் கழற்றுவதற்கு முன், அதன் பட்டனை அழுத்தினான்.

“ஹலோ கிராண்ட். சரியான நபரின் எண்ணுக்குத்தான் பேசுகிறேன் என நம்புகிறேன். உங்களிடம் ஒன்றைச் சொல்ல நினைத்தேன். இங்கே ‘லெஜியன்’ அரங்கில் ஒரு நடன நிகழ்ச்சி எதிர்வரும் சனிக்கிழமை இரவு நடைபெறப் போகிறது. அது திருமணமாகியும் ஒற்றையாக இருப்பவர்களுக்கானது. அதன் மதிய உணவுக் கமிட்டியில் நான் இருப்பதால், நான் ஒரு விருந்தாளியை இலவசமாக அதற்கு அழைத்துச் செல்லலாம். ஒருவேளை உங்களுக்கு இதில் பங்கெடுக்கும் ஆர்வம் இருக்கும் என நினைத்தேன். சமயம் கிடைக்கும்போது எனக்கு போன் செய்யுங்கள்” ஒரு பெண் குரல் உள்ளூர் தொலைபேசி எண் ஒன்றைக் கூறியது. பிறகு “பீப்” ஒலிக்குப்பின் அதே குரல் தொடர்ந்து வந்தது.

“நான் யார் என்று சொல்ல மறந்துவிட்டதை இப்போதுதான் உணர்ந்தேன். ஒருவேளை எனது குரலை அடையாளம் கண்டு கொண்டிருக்கலாம். நான்தான் மரியன். இந்த டெலிபோன் மெஷின்களோடு எனக்கு அதிக பழக்கம் இல்லை. மேலும் நீங்கள் ‘ஒற்றையாக’ இல்லை என்பதையும் உணர்ந்தேன். நானும் தனியாக இல்லை. ஆனாலும் எப்போதாவது ஒருமுறை வெளியே செல்வதில் பெரிய தீங்கு இல்லை. இதில் ஈடுபாடு இருந்தால் என்னை அழைக்கவும்; இல்லாவிட்டால் கவலைப்படாமல் விட்டுவிடவும்.

வெளியே செல்லும் இந்த வாய்ப்பை விரும்புவீர்கள் என்று நான் நினைத்தேன். நான் மரியன் பேசுகிறேன். ஏற்கனவே அதைச் சொல்லிவிட்டேன் என நினைக்கிறேன்.

"ஓகே. குட் பை."

சற்றுமுன் அவள் வீட்டில் கேட்ட குரலிலிருந்து மெஷினில் கேட்ட அவள் குரல் வேறுபட்டிருந்தது. முதல் செய்தியில் சிறிதும், இரண்டாம் செய்தியில் அதிகமாகவும் வேறுபட்டிருந்தது. அவள் குரலில் ஒரு நடுக்கம், அதே சமயம் அக்கறையற்ற தன்மை, பேசி முடிக்கவேண்டிய அவசரம், அதே சமயம் பேச்சை முடிக்கத் தயக்கம், எனப் பல உணர்வுகள்.

அவளுக்குள் ஏதோ நடந்திருக்கிறது. ஆனால் அது எப்போது நடந்தது? இப்போதுதான் என்றால் அவன் அவளுடன் பேசிக்கொண்டிருந்தபோது மிகவும் சாமர்த்தியமாக அதை மறைத்திருக்கிறாள். அவன் அவளை விட்டு வெளியேறியவுடன் படிப்படியாக அவளுக்குள் அம்மாற்றம் நிகழ்ந்திருக்க வாய்ப்புகள் அதிகம். வெறும் கவர்ச்சி மட்டுமல்ல. அவன் சுதந்திரமானவன், தனக்கு இணங்குவான் என்ற புரிதல்: அவனைப் பின்தொடர்ந்தால் வாய்ப்புகள் வரும் என்ற எண்ணம்.

அவளது முதல் முயற்சியில் அவளுக்குக் கூச்சத்தால் வரும் நடுக்கம் இருந்தது. அவள் தன்னை ஒரு சவாலுக்கு, சிறிய இடருக்கு உட்படுத்தியிருந்தாள். எந்த அளவிற்கு என்று அவனால் சொல்ல முடியவில்லை. பொதுவாக பெண்களின் மனதில் ஏற்படும் பாதிப்பு, காலம் செல்லச் செல்ல, நிகழ்வுகள் நடக்க, நடக்க, அதிகரித்துக் கொண்டே செல்லும். ஆரம்பத்தில் சிறியதாக இருப்பது பின்னால் பெரியதாகும்.

அவளிடமிருந்து அதை வெளிக் கொணர்ந்தது, அவளுக்குள்ளிருந்த மங்கலான குணத்தைத் தெளிவற்ற இந்த வேண்டுகோளை அவளது குரலில் கேட்டது என இவை அனைத்தும் அவனுக்கு ஒருவிதமான மனநிறைவைத் தந்தது. அதை ஏன் மறுக்கவேண்டும்?

முட்டைகளையும் காளான்களையும் எடுத்து வைத்து ஆம்லெட் தயாரித்தான். பிறகு குடிப்பதற்கான பானங்களை எடுத்தான்.

எதுவும் நடக்கலாம். எதுவேண்டுமானாலும் நடக்கலாம் என்பது உண்மையா? உதாரணமாக அவன் விரும்பினால் அவளை

மனம் மாறச் செய்து, தான் சொல்வதைக் கேட்டு, ஔபெரியை ஃபியோனாவிடம் அழைத்துச் செல்ல முடியுமா? ஒருமுறை ஃபியோனாவைப் பார்த்துவிட்டு வருவதற்கல்ல. அவரை வாழ்நாளின் இறுதிவரை ஃபியோனாவிடம் ஒப்படைத்துவிட்டால் தனக்கும், மரியனுக்கும் என்ன நடக்கும்?

மரியன் தன் வீட்டில் அவனுடைய அழைப்பிற்காகக் காத்திருப்பாள். உட்கார்ந்துகொண்டிருக்கமாட்டாள். தன்னை ஏதாவது வேலைகளில் ஈடுபடுத்திக்கொண்டிருப்பாள். கிராண்ட் காளான்களை வாங்கிக்கொண்டு வீட்டிற்குத் திரும்பிக் கொண்டிருந்தபோது, அவள் ஔபெரிக்கு உணவு கொடுத்துக் கொண்டு இருந்திருப்பாள். இப்போது படுக்கைக்கு அவரை அழைத்துச் செல்வாள். ஆனால் எதைச் செய்தாலும் அவள் மனம் தொலைபேசியின் மீதே இருக்கும். ஒருவேளை கிராண்ட் வீடு திரும்ப ஆகும் நேரத்தைக் கணக்கிட்டுக்கொண்டிருப்பாள், டெலிபோன் டைரியிலிருந்த அவன் வீட்டு விலாசத்திலிருந்து அவன் இருப்பிடத்தை அறிந்திருப்பாள். பிறகு இரவு உணவிற்கு பொருட்களை வாங்குவதற்கான நேரத்தையும் (தனியாக இருக்கும் ஆண்கள் தேவையான பொருள்களை தினந்தோறும் வாங்குவார்கள் என்பதையறிந்து) கணக்கிட்டு அதனுடன் கூட்டிக்கொள்வாள். ஆனால் தொடர்ந்து டெலிபோன் அமைதியாகவே இருந்தால் மற்ற விஷயங்களை யோசிப்பாள். வீடு திரும்பும் முன் அவன் செய்ய வேண்டிய வேறு சில சிறிய வேலைகள், அல்லது வெளியே இரவு உணவு அல்லது வேறு ஏதாவது சந்திப்புகள் அவனை இரவு உணவிற்காக வீடு திரும்ப அவசியமில்லாமல் செய்பவை. இப்படி ஓடியது அவன் மனம்.

அவன் தன் தற்பெருமையை, அகந்தையை எண்ணிப் பார்த்தான். எல்லாவற்றிக்கும் மேலாக அவள் ஒரு விவேகமான பெண். அவளுடைய வழக்கமான நேரத்தில் படுக்கப் போயிருப்பாள்.

அவன் நடனமாடும் திறமை அற்றவன் என்றோ, வளைந்து கொடுக்காத, மிகவும் பேராசிரியத்தன்மை உள்ளவன் என்றோ நினைத்துக்கொள்வாள்.

டெலிபோன் அருகே உட்கார்ந்து மாத இதழ்களைப் புரட்டிக் கொண்டிருந்தான். மீண்டும் டெலிபோன் ஒலித்தது. ஆனால் அதை எடுக்கவில்லை.

“கிராண்ட், மரியன் பேசுகிறேன். நான் கீழே பேஸ்மெண்ட்டில் துணிகளை உலர்த்தும் மெஷினில் போட்டுக்கொண்டிருந்தேன். அப்போது டெலிபோன் சப்தம் கேட்டது. ஆனால் மேலே வருவதற்குள் ஒலி நின்றுவிட்டது. எனவே நான் இங்கே இருக்கிறேன் என்று சொல்ல நினைத்தேன். ஒருவேளை நீங்கள் வீட்டிற்கு வந்து அழைத்திருக்கலாம் என நினைத்தேன். என்னிடம் பதிலளிக்கும் மெஷின் இல்லாததால் உங்களால் எனக்குச் செய்தியைச் சொல்லியிருக்க முடியாது. எனவேதான் நான் இதை உங்களுக்குத் தெரிவிக்க விரும்பினேன்” அப்போது இரவு மணி 10.25.

“குட் பை”

அப்போதுதான் வீடு திரும்பியதாகச் சொல்லலாம். இங்கே உட்கார்ந்து ஏற்படப்போகும் நல்விளைவுகளையும் தீய விளைவுகளையும் பற்றி சிந்தித்ததைப் பற்றி அவளிடம் சொல்வது பயனற்றது.

ட்ரேப்ஸ் *Drapes* திரைச் சீலைகள். அதுதான் அந்த நீலத்திரைகளுக்கு ஃபியோனா சொன்ன பெயர். மிகவும் கச்சிதமாக வட்டமாகச் செய்யப்பட்டிருந்த அந்த பிஸ்கட்கள், அது வீட்டுத் தயாரிப்பு என்று அவள் சொன்னது, பீங்கான் தாங்கியில் இருந்த பீங்கான் கப்கள். தரைவிரிப்பு அழுக்காகாமல் இருக்க ரப்பர் ஷீட்கள் எல்லாவற்றிலும் சிறந்த கச்சிதம், நடைமுறைக்கு ஏற்ற தன்மை அவனது தாய் மிகவும் ரசித்து விரும்பிய; ஆனால் அடையாத ஒன்று. ஓ! அதனால்தான் இந்த விநோதமான, நம்பமுடியாத, உறுத்தல் உணர்வா? அல்லது முதல் கோப்பை மதுவிற்குப் பின் மேலும் இரண்டு கோப்பைகளை எடுத்துக்கொண்டதாலா?

அவள் முகத்திலும், கழுத்திலும் மேலும் கீழுமிருக்கும் வால்நட் நிறம் வெயில் காய்தலால் ஏற்பட்டதென்று நம்பினான். ஏற்கனவே குறித்து வைத்திருந்த டெலிபோன் நம்பரை டயல் செய்தவாறே அவளைப் பற்றி நினைத்தான். அவளுடைய பூனை நாக்கின் நடைமுறைச் சிற்றின்பம் அவளுடைய நீலக் கண்கள்...

ஃபியோனா தன் அறையில் இருந்தாள். ஆனால் படுக்கையில் அல்ல. திறந்த ஜன்னலருகே அமர்ந்திருந்தாள். காலநிலைக்கேற்ற ஆனால் குட்டையான, பளிச்சிடும் நிற ஆடையில் இருந்தாள். லைலாக் பூக்களின் மணமும், வசந்தகாலச் செடிகளுக்குப்

போடப்பட்டிருந்த உரத்தின் வாசனையும் வெதுவெதுப்பான காற்றோடு கலந்து வந்தது.

அவள் மடியில் ஒரு திறந்த புத்தகம் இருந்தது. “இந்த அழகான புத்தகத்தைப் பாருங்கள். இது எனக்கு இங்கே கிடைத்தது. இது ஐஸ்லாந்தைப் பற்றியது. இங்கே அறையில் இம்மாதிரியான நல்ல புத்தகங்களை விட்டுச் செல்கிறார்கள். ஆனால் துணிகளை எல்லாம் கலந்துவிடுகிறார்கள். நான் எப்போதுமே மஞ்சள் நிற ஆடையை அணிந்ததில்லை.”

கிராண்ட்: “ஃபியோனா”

“இப்போது நாம் இந்த அறையை காலிசெய்துவிட்டோமா? நீங்கள் வந்து நீண்ட காலமாயிற்று” அவள் குரலின் கவர்ச்சி சற்று ஊசலாடுவதுபோல் தெரிந்தது.

ஃபியோனா, நான் உனக்கு ஓர் ஆச்சரியம் தரப்போகிறேன். உனக்கு ஔபெரியை ஞாபகம் இருக்கிறதா?”

கிராண்ட்டை அவள் உற்றுப்பார்த்தாள். பெரும் சூறாவளி அவள் முகத்தில் சுழன்று அடிப்பதைப் போல அவள் பார்த்தாள். முகத்திலிருந்து அந்தச் சூறாவளி அவள் தலைக்குள்ளும் சென்று எல்லாவற்றையும் கிழித்து, நார் நாராக, எல்லாமே தனித்தனி நூல்களாக, கந்தையாக மாறியதுபோல் இருந்தது.

“பெயர்கள் என் ஞாபகத்தை விட்டுத் தப்பிச்செல்கின்றன.” அவள் கடுமையாகச் சொன்னாள். பிறகு பெருமுயற்சி செய்து, தன் பார்வையை கேலியும் கருணையும் உள்ளதாக மாற்றினாள்.

புத்தகத்தைக் கவனமாகக் கீழே வைத்துவிட்டு, எழுந்து நின்றாள். தன் கைகளை அவன் கழுத்தில் மாலையாகப் போட மேலே எடுத்தாள். அவளுடைய சருமத்திலும், சுவாசக் காற்றிலும், நீர்த்தாவரத் தண்டிலிருந்து வரும் புதிய மெல்லிய வாசனை போல ஒரு மணம் கமழ்ந்தது.

“உங்களைப் பார்ப்பதில் எனக்கு மகிழ்ச்சி" சம்பிரதாயமாகவும் இனிமையாகவும் சொன்னாள். அவன் காதுகளைப் பிடித்து பலமாகக் கிள்ளினாள்.

"நீங்கள் அப்படியே போயிருக்கலாம். எதைப் பற்றியும் கவலைப்படாமல், போயிருக்கலாம். என்னைக் கைவிட்டுவிட்டுப்

போயிருக்கலாம்; என்னைக் கைவிட்டிருக்கலாம்" என்றாள்.

கிராண்ட் அவளது அழகிய வடிவம் கொண்ட தலையின், சிவந்த தோலில் இருந்த வெண்மையான முடிக்கற்றையோடு, தன் முகத்தைச் சேர்த்து வைத்துக்கொண்டு,

"வாய்ப்பே இல்லை" என்றான்.

மழை நாள்

பேர்ல் எஸ். பக்

அது நவம்பர் மாதத்தின் ஓர் இருண்ட மழைநாள். அந்த நடுத்தர வர்க்க சீன இல்லத்தின் சிறிய ஹாலின் ஜன்னல்களை ஊடுருவ முடியாத அளவு அந்தப் பகல் நேரம் இருண்டு இருந்தது. மிக மங்கலான ஓர் ஒளிக்கற்றை திறந்திருந்த கதவின் வழியாக உள்ளே வந்து தரையில் விழுந்திருந்தது. அந்த ஒளி, வெள்ளை அடிக்கப்பட்ட சுவரில் தொங்கிக்கொண்டிருந்த சுவடிகள் மீதும் எதிரொளித்தது. சுவரை ஒட்டி ஒரு மேஜை. அந்தச் சுவடிகளில் சீனப் புராணங்களில் உள்ள முதுமொழிகள், மிகத் தெளிவாகவும், அழகாகவும் கறுப்பு மையினால் எழுதப்பட்டிருந்தன. அவை எல்லோருக்கும் நன்கு தெரிந்த, பெற்றோர்கள் மீது பிள்ளைகள் கொண்டிருக்க வேண்டிய பற்றினைக் குறித்த முதுமொழிகளாகும்.

அந்த ஒளிக்கற்றை விழுந்த இடத்தைச் சுற்றிலும் வட்டமாக குடும்பத்தினர் அமர்ந்திருந்தனர். மேஜையின் இடதுபுறம் தலைவருக்குரிய மரியாதையான இடத்தில், ஓலைச்சுவடிகளுக்கு நேர் கீழே டி சென்னின் தாத்தா, லீ அமர்ந்திருந்தார். அவர்தான் முதலில் பேசுவதற்குரிய உரிமை உடையவர். அவர் தன் உரையை மிகுந்த கவனத்துடன் முதலிலேயே தயாரித்திருந்தார். குரலில் பொருத்தமான ஏற்ற இறக்கங்களுடன், ஒவ்வொரு வாக்கிய

முடிவிலும், தகுந்த புராண மேற்கோள்களுடன் பேசினார். முதலில் தொண்டையை செருமிக்கொண்டு செங்கல் தரையில் துப்பினார். பிறகு தனது நீண்ட மஞ்சள் நிற நகங்களையுடைய பலமற்ற கையால், தன் அங்கியின்மீது பரவியிருந்த தாடியை உருவிவிட்டுக்கொண்டார். சாம்பல் நிற அங்கியில் சாப்பிடும்போது சிந்திய உணவுத் துணுக்குகளின் கறை படிந்திருந்தது. மற்றொரு கையில் நீண்ட புகைபிடிக்கும் மூங்கில் குழாயை வைத்திருந்தார். நீண்டகாலப் பயன்பாட்டால் கருத்திருந்த அந்தக் குழாயிலிருந்து கரகரவென சத்தம் வந்துகொண்டிருந்தது.

எல்லோரும் அவர் பேசுவதற்காகக் காத்திருக்க, அவர் தனது மஞ்சளும் வெண்மையும் கலந்த தாடியை மெதுவாகத் தடவிக் கொண்டே இருந்தார். டி சென்னின் கடைசித் தம்பிதான், பொறுமை இழந்து, தைரியமாகத் தனது காலை செங்கல் தரையில் சப்தம் வராதபடி தட்டிக்கொண்டிருந்தான். அவன் தாத்தாவின் செல்லப் பேரன். எனவேதான் மற்றவர்கள் செய்யத் துணியாததை அவன் செய்தான். டி சென் வட்டத்தின் வெளிப்புறம், கதவருகே, சற்றுத் தாழ்வான இடத்தில் உட்கார்ந்திருந்தான். தாத்தா அங்கிருந்தவர்களை ஒவ்வொருவராகப் பார்த்தார். அவர்கள், தான் பேசுவதற்காகக் காத்திருப்பதை அவர் மிகவும் ரசித்தார் என்பது வெளிப்படையாகத் தெரிந்தது. ஆனால், கடைசியில் டி சென்னிடம் பேச வேண்டியதை, அவனை நேரடியாகப் பார்த்துப் பேசாமல் கூரையிலிருந்து விழும் மழைத் தாரைகளைப் பார்த்தவாறு பேச ஆரம்பித்தார்.

“நீ இப்போது உன் மக்களிடம் திரும்பி வந்துவிட்டாய். நான்கு மாதங்களாக சோம்பேறியாக வீட்டிலேயே இருக்கிறாய். உன்னுடைய தாத்தா, பெற்றோர் மற்றும் சகோதர சகோதரிகளின் கௌரவமான வாழ்க்கைக்கு உதவும் வகையில், நாங்கள் உனக்கு அளித்த மேற்கத்திய கல்வியைக் கொண்டு நல்லதொரு வேலையில் நீ இன்னும் சேரவில்லை.

நமது மூதாதையர்கள் என்ன சொல்லியிருக்கிறார்கள்? ஒரு மகன் தன் வாழ்வைத் தியாகம் செய்து தன் பெற்றோரை நல்ல முறையில் வாழவைக்க வேண்டும். இதை நீ செய்யவில்லை. நீ அயல்நாடு சென்று, அவர்களது கல்வியைப் பெற்றுவர, நாங்களும் உனது மற்ற உறவினர்களும், அரும்பாடுபட்டுச் சேமித்த பணத்தைச் செலவு

செய்துள்ளோம் என்பதை நீ மறந்துவிட்டாய். நீ மேல்நாட்டுக் கல்வியைப் பெற்று, ஓர் உயர் பதவிக்கு வருவாய் என்று எதிர்பார்த்து, சிறிய கடை ஒன்றை நடத்தும் ஏழை வியாபாரியான உனது தூரத்து அத்தை மகனும் தன் சேமிப்பான இருபது டாலரைக் கொடுத்துள்ளான். அவனுக்கும் நீ கடன்பட்டிருக்கிறாய்.

நமது முன்னோர்கள் என்ன சொல்லியிருக்கிறார்கள்? "தன் குடும்பத்தை, குறிப்பாகத் தன் தாத்தாவையும் பெற்றோரையும் காப்பாற்றாமல் இருப்பவன் ஒரு நாயினும் கீழானவன்."

தாத்தா தன் தொண்டையைச் சரிசெய்துகொள்ள பேச்சை நிறுத்தினார். அந்த இடைவெளியில், மேஜையின் மறுபுறம் இரண்டாம் நிலை தலைமைப் பதவிக்குரிய இடத்தில் இருந்த, கறுப்புக் கோட்டும் கால்சட்டையும் அணிந்த குட்டையான, பருமனான ஒருவர் அவசரமாகப் பேசினார்.

"தந்தையே, இதையெல்லாம்விட கெடுதலான ஒரு விஷயம், பொறுப்பற்ற என் மகன், அவனது குழந்தைப் பருவத்திலேயே நிச்சயிக்கப்பட்ட பெண்ணைத் திருமணம் செய்துகொள்ள மறுக்கிறான். அப்பெண்ணின் பெற்றோர், அவளுடைய சிறுவயதிலேயே இறந்துவிட்டதால் இந்த வீட்டில் ஒரு மகள் போல அவள் வாழ்ந்து வருவது உங்களுக்கு நன்றாகத் தெரியும். அவன் மேல்நாட்டுக் கலாச்சாரத்தைப் பற்றிப் பேசுகிறான். மேல்நாட்டில் கல்வி கற்று, அதிக வருமானம் தரும் வேலையைப் பெறவேண்டும் என்றுதான் நாம் அவனை அனுப்பினோமேயன்றி, மேல்நாட்டுக் கலாச்சாரத்தைக் கற்றுக்கொள்ள அனுப்பவில்லை. இவன் நமக்குப் பேரப்பிள்ளைகளைத் தரப்போவதில்லை. நாம் சொர்க்கத்திற்குச் சென்றபின், நமது வேதங்களைத் தொழுவதற்கு யாரும் இருக்கப் போவதில்லை. இந்தப் பயனற்ற பிள்ளை, நம்மை உய்விக்க யாருமின்றி, நம்மையும் மூதாதையரையும் பேய்கள் உலாவும் நரகத்திற்குச் செலுத்த வழிவகுக்கிறான்."

டி சென் இந்தப் பேச்சை மிகுந்த மனக் குழப்பத்தோடு கேட்டான். அவன் எடுப்பான தோற்றமும், சற்றே வெளுத்த, நளினமான முகமும், பெண்களின் வாயைப் போல சிறிய அழகான வாயும் கொண்ட இளைஞன். அவன் சிகாகோவில் வாங்கிய மேல்நாட்டு உடையான சாம்பல் நிற சூட்டை அணிந்திருந்தான். அங்கே அவன் கையில் ஒரு பிரம்பைச்

சுழற்றியவாறு நடந்து செல்லும்போது, நேர்த்தியானவனாக, தன்னம்பிக்கை உடையவனாகத் தோற்றமளித்தான். ஆனால் இங்கே, இந்த இருட்டு அறையில், நீண்ட அங்கிகளை அணிந்த பெரியவர்களிடையே, பயந்த, குறுகிய மார்புடைய, முக்கியத்துவம் அற்ற இளைஞனாகச் சுருங்கிப் போனான். மென்மையான தன் உள்ளங்கைகளை மெதுவாக ஒன்றோடொன்று உரசியவாறு, முழங்கால்களுக்கிடையே வைத்தபடி அமர்ந்திருந்தான்.

தன் உறவினர்களை ஒவ்வொருவராகப் பார்த்துக்கொண்டே இருந்தான். அவனுடைய அப்பாவின் பேச்சிற்குத் தலையாட்டிக் கொண்டிருந்த அவன் தாத்தா, உடற்பருமன் அதிகரித்து பொறுமை இழந்துபோன அப்பா, அழுக்கான கைகளும், சுயநலம் மிக்க முகமும் கொண்ட சித்தப்பா, துடுக்குத்தனம் மிக்க, வெளியே செல்ல விரும்பி தெருவையே திருட்டுத்தனமாகப் பார்த்துக்கொண்டிருந்த தம்பி, சற்றுத் தள்ளி தனியாக ஒரு முக்காலி மீது, முதுகு வளைந்து, பருத்தி ஆடையுடன் அவன் தாய் உட்கார்ந்திருந்தாள். அவள் தன் ஆடை நுனியால் தன் கண்ணீரைத் துடைத்துக் கொண்டிருந்தாள். இவர்களுக்குப் பிறகு அவன் மனக்கண்ணில் வேறு பலரும் தோன்றினர். பேராசை மிகுந்த சித்தப்பா பிள்ளைகள், வியாபாரியான, வயதான, ஏடாகூடமாய்ப் பேசும் மாமா, இவர்கள் அனைவரும், தன்னுடைய மேன்மையான கல்வியால் கிடைக்கப் போகும் வருமானத்தைப் பங்கிட்டுக்கொள்ள பேராசையுடன் காத்திருக்கிறார்கள். அவன் சம்பாத்தியத்தை அபகரிக்க அவர்கள் கைகளும், விரல்களும், நகங்களும் தயாராக உள்ளன.

அவர்கள் அவனைப் படிக்கவைத்தது உண்மைதான். ஏனென்றால் அவன் ஒருவன்தான் அவர்களது இனக்குழுவின் ஒரே புத்திசாலி, அறிவுக் கூர்மையுடையவன், தங்களுடைய வயதான காலத்தில் தங்களுக்கு உதவுவதற்கு ஒரு மூலதனமாக இருக்கவேண்டும் என்றுதான் படிக்கவைத்தார்கள்.

அவனுள் ஒரு பெருங்கோபம் மூண்டது. கோபமான பதில் அவனுள் பெருக்கெடுத்துத் தொண்டைவரை வந்தது. பல்லைக் கடித்துக்கொண்டு ஒரு வினாடி பொறுமை காத்தான். பேசுவதால் ஒரு பயனுமில்லை என்பது அவனுக்குத் தெரியும். தனது ரத்த உறவுகளிடமிருந்து தனக்கு எவ்விதத் தீர்வோ, நிவாரணமோ கிடைக்காது. இப்போது அவர்கள், அவன்மீது தங்கள் ஆதிக்கத்தைச்

செலுத்துகிறார்கள். ஒருவேளை அவர்கள் விரும்பினால் அவனைக் கொன்றுவிடவும்கூடும். அது நிச்சயம் நடக்காது என்று தெரிந்தாலும் அந்த எண்ணம் அவனது ஆதரவற்ற நிலையை அவனுக்கு நினைவூட்டியது.

ஆனால், பல நூற்றாண்டுகளாக, அவனது இனக்குழுவில் கடைப்பிடிக்கப்பட்டுவந்த ஒழுக்கமும், சுயகட்டுப்பாடும், அவனை நல்வழியில் செலுத்தின. அவன் எழுந்து, மிகவும் பணிவுடன் குனிந்து தாத்தாவை வணங்கினான். அதன்பிறகு தன் தந்தைக்கும், சித்தப்பாவிற்கும், கடைசியாகத் தன் தாய்க்கும் வணக்கம் தெரிவித்தான். தாய் தனக்காகத் தனிமையில் ஏங்குவது அவனுக்குத் தெரியும். ஆனால், அவளால் எதையும் வெளிப்படையாகப் பேச முடியாது.

மிகவும் தணிந்த குரலில், "எனது மரியாதைக்குரியவர்களே, என்னை மன்னிக்குமாறு உங்களைப் பணிவோடு வேண்டிக் கொள்கிறேன். இனிமேல் நான் மிகவும் பொறுப்புள்ளவனாக நடந்துகொள்ள முயற்சி செய்வேன்" என்றான்.

மீண்டும் தன்னுள் ஒரு கோப அலை எழுவதை உணர்ந்தான். அதை சமாளித்துக்கொண்டு, விரைப்பாக அந்த இடத்திலிருந்து வெளியேறினான். முற்றத்தைக் கடந்து தெருவினுள் சென்றான். மழை தொடர்ந்து மெல்லிய நேர்கோடுகளாக விழ, இருபுறமும் இருந்த செங்கற்சுவர்கள் மிகவும் குளிர்ச்சியாக இருந்தன. ஆழமற்ற சாக்கடைகளிலிருந்து வெளியேறிய கறுப்புநிறக் கழிவுகள், மழைநீரோடு தெருக்களில் வழிந்தோடின. அவனுடைய பழுப்புநிறக் காலணிகளை அவை கறைபடுத்தின.

மிகுந்த வெறுப்புடன் நடந்தான். சென்ற வாரம் அவன் நகர மாஜிஸ்ட்ரேட்டைச் சந்தித்து, தெருக்களின் சுகாதாரத்தைப் பேணிப் பாதுகாக்க சுகாதாரக் கமிட்டிகளை அமைக்க அவரிடம் கோரிக்கையும், அனுமதி தருமாறு வேண்டுகோளையும் வைத்தான். அவர் மிகவும் கனிவோடு, அவனுடைய குடிமைப் பொறுப்புணர்வைப் பாராட்டினார். ஆனால், எதையும் செய்வதாக வாக்குறுதி தரவில்லை. இப்படிப்பட்ட அதிகாரிகளால், அவன் நகரமும், நாடும் எப்படி முன்னேற்றமடையும்? அதிகாரத்தைக் கையில் வைத்திருப்பவர்களின் முன்னால் அவன் எவ்வளவு பலவீனனாக இருக்கிறான்! ஒவ்வொருவரும் கையாலாகாதவர்களாகவே உள்ளனர்.

அவனுடைய கம்பளித் தொப்பி மழையில் நனைந்து, அதன் விளிம்பில் இருந்து, நீர் சொட்டிக் கொண்டிருந்தது. நனைந்த தொப்பி கீழிறங்கி, கண்களை மறைத்தது. துணிகள் நனைந்து உடலோடு ஒட்டிக்கொண்டன. அவன் தொடர்ந்து நடந்தான்.

ஆறு மாதங்களுக்கு முன்பு, ஒரு அமெரிக்கப் பல்கலைக் கழக அரங்கில் ஆராய்ச்சிப் பட்டம் பெறுவதற்காக நின்று கொண்டிருந்தவன் அவன்! 'கிழக்கு மற்றும் மேற்கு நாடுகளின் தத்துவங்கள்-ஓர் ஒப்பீடு' என்ற தலைப்பில் ஆராய்ச்சி செய்து பட்டம் பெற்றதோடு, அக்கட்டுரையின் சிறப்பிற்காக ஒரு தனிப் பரிசும் பெற்றான். அது மிகச் சிறப்பான கட்டுரை என்று அவனுடைய பேராசிரியர்கள் பாராட்டினார்கள். அந்தப் பல்கலைக் கழகம் உருவாக்கிய மாணவர்களில், இவன் முதன்மையானவன் என்று மேலும் அவர்கள் பாராட்டினார்கள். அப்போது அவனுக்கு எவ்வளவு பெருமையாக இருந்தது! அவனுடைய கட்டுரை ஒரு அன்னிய மொழியில் எழுதப்பட்டது என்றபோது, அது மிகப்பெரிய பாராட்டு ஆகும். அவன் பட்டம் பெற்றபோது அவனுக்கு ஒரே ஒரு லட்சியம்தான் இருந்தது. அவனுடைய சொந்த நாட்டிற்கு, சொந்த ஊருக்குத் திரும்பிவந்து, தான் கற்றதை எல்லாம் தாய்நாட்டு முன்னேற்றத்திற்குப் பயன்படுத்த வேண்டும் என்பதே அது. இவ்வாறான உறுதியான முடிவுடன், மகிழ்ச்சியுடன் தன் குடும்பத்தினரைப் பார்க்கவும், அவர்கள் தன்னைப் பற்றிப் பெருமைப்படப் போகிறார்கள் என்ற நம்பிக்கையிலும் திரும்பி வந்திருந்தான்.

ஆனால், அவர்கள் எல்லோருமே அவன்மீது பிணந்தின்னிக் கழுகுகள் போல் பாய்ந்தார்கள். அவன் நாடு திரும்பிய முதல் இரவே, அவன் தந்தை, அவன் உள்ளூர் அரசுப் பள்ளியில் ஆசிரியராகப் பணியேற்றால், அவன் சம்பளம் கோர வேண்டிய தொகையைப் பற்றித்தான் பேசினார். டி சென் தயங்கியவாறே, "நான் முதலில் தாய் நாட்டிற்குச் செய்ய வேண்டிய...." என்று பேச ஆரம்பித்த உடனே அவர் குறுக்கிட்டார்.

அவரது பருத்த, மஞ்சள்நிறத் தசைகள் கன்னங்களில் தொங்கிக்கொண்டிருக்க, அவனை முறைத்துப் பார்த்தார். "நீ உன்னைப் பற்றி மட்டுமே யோசிக்கிறாய். நான் இப்போது என் வியாபாரத்திலிருந்து ஓய்வு பெறலாம் என நினைக்கிறேன். காலம் கெட்டுவிட்டது. கடையில் போதிய வருமானம் இல்லை.

உன் தம்பியைப் பார்த்துக்கொள்ள வேண்டும். உன் சித்தப்பா நோய்வாய்ப்பட்டுள்ளதால் வேலை செய்ய முடிவதில்லை. மேலும் உன் மேல்நாட்டுப் படிப்பிற்காக நமது உறவினர் பலரும் பணம் கொடுத்துள்ளார்கள். அவர்கள் உன்னிடமிருந்து அரிசியையாவது எதிர்பார்ப்பார்கள். எல்லாவற்றிற்கும் மேலாக உன் வருங்கால மனைவி இங்கே இருக்கிறாள். உன் அம்மாவிற்கு வீட்டு வேலைக்கு உதவியாள் தேவைப்பட்டது. ஒரு மருமகள் வீட்டில் இருக்கும்போது வேறு வேலையாளை ஏன் சம்பளம் கொடுத்து வைக்கவேண்டும்? இவர்கள் எல்லோருமே உன்னைத்தான் நம்பி இருக்கிறார்கள். என் காலத்தைப்போல, நீதான் இங்கே, இப்போது மூத்த மகன். எனக்கு மிகவும் களைப்பாக இருக்கிறது."

டி சென்னுக்கு மிகவும் குழப்பமாக இருந்தது. இந்த விஷயங்களையெல்லாம் எப்படியோ மறந்துவிட்டான். நீண்ட எட்டு வருடங்கள் வெளியே போய்விட்டான். பிறகு தான் வீட்டில் பார்த்த மிகச் சாதாரணத் தோற்றம் கொண்ட பெண்ணைப் பற்றி யோசித்தான். முதலில் அவளை வேலைக்காரி என்றுதான் நினைத்தான். அவள் அவனுக்கு மனைவியா? அவளைப் பற்றி நினைக்கும்போதெல்லாம் அவன் மனதில் ஓர் எதிர்ப்புத் தோன்றி, அவன் இதயத்துடிப்பு அதிகரித்தது. ஒருபோதும் நடக்காது! அவன் தந்தையுடன் கோபமாகப் பேசிப்பார்த்தான். அதனால் ஒரு பயனும் இல்லை. அவர்கள் விருப்பப்படி அவனை மாற்றுவதற்கு அவர்கள் முடிவெடுத்துவிட்டார்கள். அவனுடைய உறவுகள் ஒன்றுசேர்ந்து திட்டமிட்டு, அவனுடைய இந்த எதிர்ப்பை, தங்களுடைய உறுதியான பிடிவாதத்தினால் முறியடிக்கப் பார்க்கிறார்கள். அவன் அதில் சிக்கித் திணறிக்கொண்டிருந்தான். இதையெல்லாம்விட, அக்குடும்பத்தின் அமைதியான மனமிளகாத போக்கு, அவனை பலவீனனாக்கி பயமுறுத்தியது. தான் செய்வது சரிதானா என்று அவனால் உறுதியாகக்கூற முடியவில்லை. அவன் கப்பலை விட்டு இறங்கி, கரையில் கால் வைத்த உடனேயே அவன் அதுவரை கொண்டிருந்த லட்சியங்கள் மாறிவிட்டன. அந்த லட்சியங்கள் மங்கி, மறைந்து, போராட்டத்திற்கு உரியதாக இல்லாமல் போய்விட்டன. எப்படியானாலும் அவன் ஒற்றை மனிதன். நல்லமுறையில் சிந்திப்பதையும், வாழ்வதையும் பற்றிக் கவலைப்படாத ஒரு கூட்டத்தில் அவன் ஒருவனால் என்ன செய்ய முடியும்?

அவனது காலணிகள் சாக்கடைச் சகதியால் அலங்கோலமாகி விட்டன. காற்சட்டை முழுவதும் சகதி தெறித்திருந்தது. மேல் அங்கியை அணிந்துகொள்ளாது அவசரமாக வெளியே வந்ததால், தொடர்மழை அவனை முழுவதுமாக நனைத்திருந்தது. மழைநீர் தோள்களுக்கிடையே ஒழுகியது.

குளிரில் நடுங்கிய அவன், நகரில் எங்காவது ஓர் இடம் கதகதப்பான இடம் இருக்குமா என்று யோசித்தான். வீட்டிலிருந்த அவனுடைய அறையே மற்ற அறைகளைப் போல் மிகக் குளிர்ச்சியாக இருந்தது. செங்கல் தரையின் அடியிலிருந்து ஈரப்பதம் மேலே வந்து, தரை ஈரமாகவும், சுவர்களில் நீர்த்துளிகள் நிறைந்தும் இருந்தன. மேலும், இத்தனை ஆண்டுகளுக்குப் பின், அந்த அறை, அவனுக்கு மிகவும் மோசமானதாகக் காட்சி அளித்ததோடு அல்லாமல், அதைத் தன் தம்பியுடன் பகிர்ந்துகொள்ள வேண்டியும் இருந்தது. தம்பி அலட்சியமாகத் தான் நேசித்த புத்தகங்களைப் புரட்டிப் பார்ப்பதையும், வெண்மையான அப்பக்கங்களில் தன் கைவிரல் அழுக்குகளைப் படியவிடுவதையும், இப்போது கோபத்துடன் நினைத்துப் பார்த்தான். நேற்று, தனக்கு மிகப்பிடித்த ஒரு தத்துவப் புத்தகத்தின் நடுவே இருந்த ஒரு தாளை, தம்பி கிழித்து எடுத்து, சில நாணயங்களை அதில் வைத்து மடித்து தன் இடுப்புப் பட்டையில் சொருகிக்கொண்டான்! டி சென்னுக்கு என்று அந்தரங்கமாக ஓர் இடம்கூட இல்லை.

மழையையே வெறித்துப் பார்த்தவன், எப்படித் தன்னை கதகதப்பாக்கிக்கொள்வது என யோசித்தான். சற்றாவது குளிரில் இருந்து விடுபட்டால், தன் கொள்கைக்காகப் போராட சிறிது தைரியம் கிடைக்கும் என நினைத்தான். அவனுடைய பயமெல்லாம், எங்கே தான் மனத்தளர்ச்சி அடைந்து, அந்த பாமரப் பெண்ணை மணக்கச் சம்மதித்து, தன் வாழ்க்கையையே தொலைத்துவிடுவோமோ என்பதுதான். பிறகு ஒரு புதிய கவலை எழுந்தது. தனக்குத் தானே பேசிக்கொண்டான்.

"என் மகன்கள்; இப்படிப்பட்ட வீட்டில் பிறந்து, இப்படிப்பட்ட தாயோடு, எப்படி வாழ்வார்கள்? நான், என் சந்ததியையும் என்னைப் போல் இந்த வாழ்க்கைக்கே கொண்டு வந்துவிடுவேனோ?"

தனக்குப் பிறக்கப்போகும் பிள்ளைகளைப் பற்றி இதற்குமுன் அவன் எண்ணிப்பார்த்ததே இல்லை. அச்சிறு சிசுக்கள் தங்கள்

சின்னஞ்சிறு கைகளைக் கட்டிக்கொண்டு, இங்கே பிறக்க வேண்டாம் என்று கெஞ்சுவதுபோல் அவன் கற்பனை விரிந்தது. "இல்லை; இல்லை, நான் அப்படிச் செய்யமாட்டேன்" என்று மனதார அவர்களுக்கு உறுதி கூறினான்.

எதிரே ஒரு பெரிய வெளிநாட்டவர் வீட்டைப் பார்த்தான். ஓ! இந்த வீட்டில்தான், அவன் பள்ளியில் படித்தபோது, திரு. ஹெம்மிங்வே என்ற அவனுடைய ஆசிரியர் வசித்துவந்தார். ஹெம்மிங்வே அன்பான, கற்பிப்பதில் மிகுந்த ஆர்வம் கொண்ட ஓர் அமெரிக்க இளைஞர். உள்ளே சென்று அவரைப் பார்ப்போம். ஒருவேளை அவர் வீடு கதகதப்பாக இருக்கலாம். அவரிடம் தனது மனக்குழப்பத்தைக் கூறி சிறிது உதவி அல்லது ஊக்குவிப்பைப் பெறக்கூடும்.

வீட்டின் கற்படிகளில் ஏறி, வீட்டைச் சுற்றி இருந்த வராந்தாவை அடைந்து அழைப்பு மணியை அழுத்தினான். பின்னர் கோட்டின் காலரை மேலே தூக்கிவிட்டுக்கொண்டு, கைகளை பேண்ட் பாக்கெட்டில் நுழைத்தவாறு காத்திருந்தான். மழையில் பசுமையான கொடிகள் எல்லாம் கீழே விழுந்து, இலைகளெல்லாம் உதிர்ந்து போயிருந்தன. கதவு மெதுவாகத் திறந்தது. அவர் ஹெம்மிங்வேதான். சற்று வயதாகிவிட்டது போலத் தோன்றினார். முதுகு சற்றே வளைந்துவிட்டது. சற்று சோகமாக டி சென்னை உற்றுப் பார்த்தார்.

டி சென் தன் கையை நீட்டினான்.

"உங்களுக்கு என்னைத் தெரியவில்லையா திரு. ஹெம்மிங்வே அவர்களே? நான் உயர்நிலைப் பள்ளியில் உங்களிடம் படித்தேன். பல ஆண்டுகள் அமெரிக்காவில் படித்துவிட்டுத் திரும்பியுள்ளேன். உங்களை மீண்டும் பார்க்க வந்தேன்."

"ஓ! சரி. சரி" ஹெம்மிங்வே நிச்சயமற்ற குரலில் பேசினார்.

உள்ளே வா". அவரிடம் பல பேர் படித்ததால் அவருக்கு டி சென்னை நினைவில்லை.

டி சென் ஹாலினுள் நுழைந்தான். ஆஹா! எவ்வளவு வெதுவெதுப்பாக இருக்கிறது! அங்கு ஒரு மூலையில் கனன்று கொண்டிருந்த கணப்பின் அருகே நின்றான். அவன் உடைகளில் இருந்து நீராவி வெளியேறியது.

"பாவம்! நீ நனைந்துவிட்டாய் போலும்" அவனை உற்றுப் பார்த்துச்

சொன்னார். அவருக்குக் கிட்டப்பார்வைக் குறைபாடு உள்ளது போல் தெரிகிறது.

"கொஞ்சமாகத்தான் நனைந்துவிட்டேன்."

"ஆமாம், ஆமாம்" என்றார். அவருக்கு முன்னால் ஒரு பெரிய விடைத்தாள் கட்டு மதிப்பீட்டிற்காகக் காத்து நின்றது. அந்தப் பிற்பகலில், எந்தத் தொந்தரவும் இல்லாமல் அந்தப் பணியை முடிக்கலாம் என எண்ணியிருந்தார். அன்று குளிரும் மழையும் அவரை மோசமான மனநிலைக்குத் தள்ளியிருந்தன.

அவருக்கு மட்டும் உதவியாளர் ஒருவர் இருந்தால்... ஆனால், ஏற்கனவே உள்ள செலவினங்களுக்கே போதுமான நிதி இல்லை. அதுவும் மேல்நாட்டுக் கல்வி கற்ற இளம்சீனர்கள் கேட்கும் அதிகபட்ச சம்பளத்தைத் தர நிச்சயமாக நிதி இல்லை. ஓ! இந்த இளைஞனும் வேலை தேடித்தான் வந்திருப்பானோ? சரி. அவனுக்கு என்ன தேவை என்று பார்ப்போம்.

டி சென் வெதுவெதுப்பான கணப்பிற்கு அருகே உட்கார்ந்தான். சிறிது பொறாமையோடு அந்த அறையைப் பார்த்தான். புத்தகங்கள் - கதகதப்பான சூழல் தனிமை ஓ! ஹெம்மிங்வே எவ்வளவு அதிர்ஷ்டசாலி! இப்படிப்பட்ட சூழ்நிலையில் ஒருவன் நல்லவனாகவும், உயர்ந்தவனாகவும், வல்லவனாகவும் இருப்பது மிக மிக எளிதானது.

அந்தப் புத்துணர்வு தரும் வெப்பம் தன் தசைகளில் ஊடுருவுவதை உணர்ந்தான். ஹெம்மிங்வேயிடம் தன் மனதைத் திறந்து காட்ட விரும்பினான். ஒருவேளை தனக்கு நல்வாய்ப்பு விரைவில் வரலாம். வார்த்தைகள் வேகமாகத் தன்னுள் உருவாகி, வடிவெடுத்து, வெளியேற உதடுகள்வரை வந்துவிட்டன.

ஹெம்மிங்வே சில கேள்விகளைக் கேட்டார். அவருடைய நாட்டைப் பற்றி டி சென் நல்லவிதமாகப் பேசினான். அற்புதமான நாடு அற்புதமான மக்கள்...

ஹெம்மிங்வே, "உங்கள் நாட்டு நலனுக்காக, உங்கள் அறிவைப் பயன்படுத்துவீர்கள் என நினைக்கிறேன். சீனாவிற்கு உங்கள் சேவை தேவைப்படுகிறது. எத்தனையோ நல்வாய்ப்பு இல்லாத........."

டி சென் அவர் பேசுவதைக் கேட்டுக்கொண்டே இருந்தான். இப்போது அவன் தன் விருப்பங்களையும், பயங்களையும்

சொல்லலாம். உண்மையாகவே தன் நாட்டிற்கு உதவத்தான் விரும்புகிறான். ஆனால்...

ஹெம்மிங்வே சற்று உரத்த குரலில், "இங்கிலாந்து, அமெரிக்கா, பிரான்ஸ் ஆகிய நாடுகளுக்குச் சென்று திரும்பும் இளைஞர்கள் பெரும்பாலானவர்களின் மனப்பான்மையிலிருந்து நீ மாறுபட்டிருப்பாய் என்று நான் நம்புகிறேன்" என்றார். அவருக்கு ஒரு முழுமையான பிற்பகல் நேரம் வேகமாகக் கடந்துபோகிறதே என்ற ஆதங்கம். மதிப்பீடு செய்ய வேண்டிய விடைத்தாள் கட்டு அவரை தொல்லைப்படுத்தியது. அவருக்கு தலை வலித்தது. அவரால் ஒரு உதவியாளரை வைத்துக்கொள்ள முடிந்தால்... ஒரு ஆசிரியரிடம் இவ்வளவு வேலையை எதிர்பார்க்கக் கூடாது. ஆனால் நிதிப்பற்றாக்குறை...

"உங்கள் எல்லோரிடமும் உள்ள ஒரே பிரச்சனை என்னவென்றால், நீங்கள் பணத்தைத் தவிர வேறு எதைப்பற்றியும் யோசிப்பதில்லை. பணத்தைத் தவிர வேறு எதுவும் உங்களுக்குத் தேவையில்லை. உங்களுக்கு பொறுப்புகள் குறைவான, அதிக சம்பளம் தரும் சுலபமான வேலைதான் வேண்டும். வேறு எதுவுமே உங்களை மகிழ்விக்காது. அதே சமயம், மக்களுக்குத் தேவையான சேவைகளைத் தரக்கூடிய பொறுப்பு மிக்க பதவிகள் நிரப்பப்படாமல் உள்ளன. உங்களில் யாருக்குமே தைரியமும், துணிச்சலும் இல்லையா? மேல்நாடுகளில் படித்துப் பட்டம் பெற்று, தாய்நாடு திரும்பிய சீன மாணவர்கள் எனக்கு ஏமாற்றத்தையே அளிக்கின்றனர் என்பதை நான் மனம் திறந்து சொல்கிறேன்" ஹெம்மிங்வே சற்று எரிச்சலுடன் தொடர்ந்தார்.

அங்கே அமைதி நிலவியது. ஹெம்மிங்வே கையில் இருந்த காகிதம் வெட்டும் கத்தியை மேஜைமீது சுழற்றிக்கொண்டே, தன்னையறியாமல் சுவர்க்கடிகாரத்தைப் பார்த்தார். மிக அதிகமாக வேலை செய்த நல்ல மனிதர். எட்டு வருடங்களாக அவருக்கு அரசுப் பணியாளர்க்கான விடுப்பு கிடைக்கவே இல்லை. அவருக்குப் பதிலாக பள்ளியில் வேலை செய்ய வேறு யாரும் அனுப்பப்படவில்லை. அவர் உற்சாகமிழந்து களைத்துவிட்டார். மேலும் அவர் ஒரு நல்ல ஆசிரியர். அவர் எப்போதுமே தேவைக்குக் குறைவான பொருட்களைக் கொண்டே வேலை செய்ததால் நாளாவட்டத்தில் மிகவும் தளர்ந்துவிட்டார்.

மழைத்துளிகள் ஒரே சீராக விழுந்துகொண்டிருந்தன. அமைதியான அறை, இறுக்கமான உணர்வுகளால் நிறைய ஆரம்பித்தது. ஹெம்மிங்வே தனக்கு ஏற்பட்ட ஏமாற்றங்களை எல்லாம் நினைத்துப் பார்த்தார். எப்படியோ கச்சிதமான உடையில் இருந்த அந்த சீன இளைஞனைத் தனது பிம்பமாகவே அவர் உணர்ந்தார்.

டி சென் திடீரென்று தான் மீண்டும் தனது வீட்டின் இருண்ட அறையில் பெரியவர்களுடன் இருப்பதுபோல உணர்ந்தான். இருவருடைய மனங்களிலும் இருந்த தவறான புரிதல்கள் அவர்களை உற்சாகமிழக்கச் செய்தன. அவனுக்கு இப்போது அந்த அறை கதகதப்பானதாகத் தெரியவில்லை.

டி சென் எழுந்து குனிந்து வணங்கினான். என்னவானாலும் அவர் தனது மரியாதைக்குரிய ஆசிரியர். தன்னுடைய வளர்ப்பையும் கண்ணியத்தையும் மறந்துவிடக் கூடாது.

"உங்களுக்கு ஏமாற்றம் அளித்ததற்காக வருந்துகிறேன். உங்களிடம் விடைபெற்றுக் கொள்கிறேன். வணக்கம்," என்று பெருமையுடன் கூறிவிட்டு வெளியேறினான். மிகவும் பலவீனமாக உணர்ந்தான். தொண்டையிலிருந்து ஒரு விம்மல் எழுந்தது. கண்ணீரைக் கட்டுப்படுத்த முயன்றான். தன் காலணிகளின் மீது வழிந்தோடும் சாக்கடைக் கழிவுகளைப் பொருட்படுத்தாது நடந்தான்.

அப்பப்பா! என்ன மழை! சில நிமிடங்களில் கதகதப்பு உடலைவிட்டு வெளியேறிவிட்டது. மனத்தளர்ச்சியும் களைப்பும் மிகுந்தன. இப்போது எங்கே போவது? அவன் வீட்டிற்குத்தான் போக வேண்டும். அவனுக்கு வேறு போக்கிடம் ஏது? அப்படியானால் தன் கொள்கைகளை விட்டுக்கொடுக்கத்தான் வேண்டும். மற்றவர்கள் செய்தது போலவே தானும் தான் விரும்பிய வாழ்க்கையைத் தியாகம் செய்ய வேண்டும். இந்தப் புராதன நாட்டில் அப்படித்தான் செய்ய வேண்டும். தன் கனவுகளைத் தூக்கி எறிய வேண்டும். தனது சுய விருப்பங்களை நசுக்கி விடவேண்டும். அவன் திருமணம் செய்துகொள்ள வேண்டும். இன்னும் மீறப்படாமலும், தூக்கி எறியப்படாமலும் உள்ள, பழமையான இந்நாட்டின் சட்டங்கள் அவனைக் கட்டாயப்படுத்தக்கூடும். பரட்டையான, திருத்தப்படாத கூந்தலையும், பாராமுகமும் கொண்ட, தனக்கு நிச்சயிக்கப்பட்ட பெண்ணை நினைத்தான். குறைவான விலைக்கு வாங்கப்பட்ட

ஒரு வேலைக்காரிதானே அவள்!

அமெரிக்கப் பல்கலைக்கழகத்தில் பார்த்த நூற்றுக்கணக்கான அழகிய பெண்களின் மகிழ்ச்சி பொங்கும் முகங்கள் அவன் நினைவில் தோன்றி அவனை அலைக்கழித்தன. அங்கே யாரை விரும்பினாலும், அவர்களை மணந்துகொள்ள முடியும். அங்கே பெண்களும் யாரை வேண்டுமானாலும் மணக்க முடியும். தனது வகுப்புத் தோழர்களை நினைத்துப் பார்த்தான். அவர்கள் தங்களுக்கு இணையான அழகிய பெண்களில் ஒருவரைத் தேர்ந்தெடுத்துக் கொள்வார்கள். ஆனால், அவர்களால் இவனுக்கு உதவ முடியாது. அவர்களைப் பற்றி நினைப்பதால் ஒரு பயனும் இல்லை.

என்ன செய்வதென்று தெரியாமல், தெருவின் இருபுறங்களையும் மாறி மாறிப் பார்த்தான். தொடரும் குளிர் மழையால் செங்கல் கட்டடங்கள் ஒன்றையொன்று நெருக்கிக்கொண்டிருப்பது போல் தோன்றின. இந்தச் சூழலிலிருந்து வெளியேற எவ்வளவு ஆசைப்பட்டான்! ஆனால், அவன் கையில் பணம் எதுவும் இல்லை. அங்கிருந்து ஷாங்கைக்கோ அல்லது டியன்சின்னுக்கோ ஓடிப்போனால், ஏதாவது வேலை கிடைக்கும். சுதந்திரமாக இருக்கலாம். ஆனாலும், அவனால் எப்போதும் சுதந்திரமாக இருக்க முடியாது. அங்கே போனாலும் அவர்கள் அவனைத் தேடிக் கண்டுபிடித்து, வற்புறுத்தி, திரும்ப அழைத்துச் சென்றுவிடுவார்கள். உண்மையான சுதந்திரம் என்று ஒன்று அவனுக்கு இருக்கிறதா? தன் இனத்திலிருந்து ஒதுக்கப்பட்டவனாக இருப்பதை அவனால் சகித்துக்கொள்ள முடியுமா? வீட்டின் மூத்த மகன் அவ்வாறு தன் இனத்தை மறக்க முடியுமா? இல்லை. அவன் தன்மானத்தையாவது தக்கவைத்துக்கொள்வது நல்லது.

தெருக்களில் மனித நடமாட்டமே இல்லை. முழுதும் நனைந்த சில பிச்சைக்காரர்கள் புலம்பிக்கொண்டே சென்றார்கள். ஒரு பெண், ஒட்டுப் போடப்பட்ட துணியால் தலையை முக்காடிட்டு, அதன் நுனிகளை வாயில் கடித்தவாறு, கையில் பாத்திரத்துடன் சுடுநீர் வாங்கிவர அவனைக் கடந்து போனாள். ஒரு சிறுவன் தள்ளாடியபடி, தலையில் ஒரு பெரிய எண்ணெய்க் காகிதக் குடையுடன் பள்ளியிலிருந்து வீடு திரும்பிக்கொண்டிருந்தான். நவம்பர் மாத, குறுகிய பகல், இருண்டுகொண்டிருந்தது. மழை தொடர்ந்தது.

விரைவில் இரவு வந்துவிடும். அவன் எங்காவது போக வேண்டும். ஏனெனில், முற்றும் நனைந்த அவனது எலும்புகள்கூட சில்லிட்டு விட்டன. வீட்டிற்குத்தான் போகவேண்டும். ஆனால், அது தன்னை விட்டுக் கொடுப்பதற்குச் சமமானது. நல்லது. அதைத்தவிர அவனுக்கு வேறு வழி ஏதும் இல்லை.

மெதுவாக வீட்டை நோக்கி நடந்தான். எதிர்காலம் அவன் முன் விரிந்தது. ஏதாவது ஒரு வேலை, ஆனால் எப்போதும் ஒரு வெற்றிடம் அவனுள்ளே இருக்கும். 'இங்கே பிறக்கக் கூடாது' என்று கெஞ்சும் தன் குழந்தைகளின் தோற்றம் கண்களுக்குத் தெரிந்தது. அவர்களுக்காவது சேவை செய்வோம் என்ற எண்ணம் ஒரு கணம் தோன்றியது. மழையை ஊடுருவிப் பார்த்தான். அவன் முகத்தில் புன்னகைக் கீற்று தோன்றியது. இந்த நீண்ட மழைநாளில் அவன் எவ்வளவு முட்டாள்தனமாக இருந்திருக்கிறான். தெருமுனையில் இருந்த மருந்துக்கடையில் நின்று தனக்கு வேண்டியதை மெல்லிய குரலில் சொன்னான். அந்தச் சிறிய கடையின் உரிமையாளர் கழுத்தை வளைத்து அவனைப் பார்த்தார்.

"மூன்று பொட்டலம் கறுப்பு அபின்" அவன் மீண்டும் சொன்னான்.

"ஓ! சரி!"

ஒரு பழுப்பு நிறக் காகிதத்தில் அதை மடித்து இவனிடம் கொடுத்தார். அவனது மஞ்சள் நிறக் கைகள் அதில் விழுந்த பணத்தை எடுத்துக்கொண்டன.

அதன்பிறகு டி சென் தலைநிமிர்ந்து, தன் வலியைப் பொருட்படுத்தாது வீட்டை நோக்கி நடந்தான். இதைப்பற்றி முதலிலேயே யோசிக்காதது ஆச்சரியம்தான். இவ்வளவு பணம் செலவழித்து, வெளிநாடு சென்று படித்திருக்கவே தேவையில்லை. இந்த நெருக்கடியான நேரத்தில் 'என்ன செய்வது' என்று அவனுடைய எந்த அமெரிக்கப் பேராசிரியரும் அவனுக்குக் கற்றுத்தரவில்லை.

அவர்களில் யாருமே அவனுக்கு எப்படி வாழவேண்டும் என்று கற்பிக்கவில்லை. அவன் ஒரு மிகச்சிறந்த ஆராய்ச்சிக் கட்டுரையை எழுத அவர்கள் உதவியது உண்மைதான். அது பத்திரமாக ஒரு பட்டுத் துணியால் சுற்றப்பட்டு, பட்டயச் சான்றிதழ் மற்றும் அவன் தினசரி பயன்படுத்தாத பொருட்களுடன், அவனுடைய

பெட்டியின் அடிப்பகுதியில் வைக்கப்பட்டுள்ளது. இல்லை. இதுதான் அவனது மூதாதையர்கள், காலங்காலமாய் இந்த உருத்திரிந்த உலகின் மீது காட்டிய எதிர்ப்பு - அதுதான் அவனுடைய தேடலின் விடை - அவனுடைய தியாகம்தான்- அவனுடைய மனக்குழப்பத்திற்கான தீர்வு.

அவன் தன் வீட்டு முற்றத்தில் நுழைந்தான். அதன் இடதுபுறம் இருந்த சமையலறைக் கதவு திறந்திருந்தது. செங்கல் அடுப்பில் தீ எரிந்துகொண்டிருந்தது. அடுப்பிற்குள் காய்ந்த புற்களைப் போட்டு எரித்துக்கொண்டிருந்த, முட்டாள் பெண்ணின் சிடுசிடு முகத்தில் தீயின் ஒளி பட்டது. அவனுக்குள் ஒரு சிறு நடுக்கம். தன் உதடுகளை இறுக மூடிக்கொண்டான். ஆ! அவன் ஒரு நல்ல முடிவை எடுத்துவிட்டான்.

வீட்டினுள் சென்றான். அறையில் யாருமில்லை. மேஜை மீது தேநீர்க்கெண்டியும் இரு குவளைகளும் இருந்தன. கெண்டி குளிர்ந்து இருந்தது. எல்லாமே இந்தக் குளிர் மழையால் குளிர்ந்துதான் இருக்கும் என்று எரிச்சலடைந்தான். சிறிது டீயைக் குவளையில் ஊற்றி அதை அலசி வெளியே கொட்டினான். தான் வாங்கி வந்த அபின் மாத்திரைகளைக் குவளையின் உள்ளே வைத்தான். பிறகு கவனமாகச் சிறிதளவு டீயை அதில் ஊற்றினான். ஒரு அவுன்ஸ் டீயில் மூன்று கறுப்பு மாத்திரைகள். அதை அப்படியே விழுங்கிவிட்டு, மேலும் ஒரு வாய் குளிர்ந்த டீயைக் குடித்தான்.

பிறகு தன் அறைக்குச் சென்றான். அது இருண்டு இருந்தது. இப்போது அந்த அறை அவனுடையது மட்டுமே. அவனுடைய தம்பி இன்னும் வீடு திரும்பவில்லை. சேறு படிந்த காலணிகளைக் கழட்டிவிட்டு, மழைநீர் சொட்டும் கோட்டையும் கழற்றினான். மற்ற உடைகளை மாற்றாமல் படுக்கையில் படுத்து, கம்பளியைக் கழுத்துவரை இழுத்துவிட்டுக்கொண்டு, குளிரில் நடுங்கியவாறே கண்களை மூடினான்.

மேலே இருந்த கூரை ஓடுகளின் மீது மென்மையான, நிம்மதி தரும் ஓசையோடு மழை தொடர்ந்து ஒரே சீராகப் பெய்து கொண்டிருந்தது. பகல் மெதுவாக நழுவி இரவினுள் சென்றது.

★★★

ஆசிரியர் குறிப்பு

திருமதி கு.ராஜாமணி எம்.ஏ., எம்.எட்., ஆசிரியர் (ஓய்வு) ஸ்ரீ க.ப.மேல்நிலைப் பள்ளி, கல்விப்பணியில் 37 வருடங்கள் ஆங்கிலம் மற்றும் அறிவியல் பாடங்களைத் திறம்பட பயிற்றுவித்து பெற்றோராலும், நிர்வாகத்தாராலும் பெரிதும் பாராட்டுப் பெற்றவர். தமிழ், ஆங்கில இலக்கியங்களில் பெரிதும் ஈடுபாடு கொண்டவர். அறிவியல், ஆங்கிலமொழிப் பாடங்களில் மாவட்ட, மாநில அளவில் மாணவ மாணவியர் பெற்ற அதிகபட்ச மதிப்பெண்களுக்காக கல்வித்துறை அலுவலர்களால் பன்முறை பாராட்டும், சான்றிதழ்களும் பெற்ற நல்லாசிரியை.

'SHANTHI SWARUP BHATNAGAR A GIFTED GENIUS' என்ற ஆங்கில நூலை 'இயற்கை ஈந்த இணையிலா மேதை' என்று தமிழாக்கம் செய்துள்ளார்.

www.ingramcontent.com/pod-product-compliance
Lightning Source LLC
LaVergne TN
LVHW060135051026
849517LV00007B/2477
* 9 7 8 9 3 9 5 2 3 3 3 8 5 *